நல்ல நட்பு

AF741525

இரா. குழந்தை அருள்

சங்கர் பதிப்பகம்

15/21, டீச்சர்ஸ் கில்டு காலனி,

2வது தெரு, இராஜாஜி நகர் விரிவு,

வில்லிவாக்கம், சென்னை - 600 049

தொலைபேசி : 044 - 2650 2086 / 9444191256

email : shankar_pathippagam@yahoo.com
web : www.shankarpathippagam.com
www.bookthagam.com

நல்ல நட்பு / Nalla Natpu

இரா. குழந்தை அருள் / Era. Kulandai Arul

பதிப்பு : 2021

விலை : ₹ 160/--

மொத்த பக்கங்கள் : 160

வெளியிட்டோர் : சங்கர் பதிப்பகம்,
15/21, டீச்சர்ஸ் கில்டு காலனி,
2வது தெரு, இராஜாஜி நகர் விரிவு
வில்லிவாக்கம்,
சென்னை-600 049
தொலைபேசி : 044 - 2650 2086 /
9444191256

ஒளி அச்சு : பாலா கிராஃபிக்ஸ்

முன் அட்டை : N. ரமேஷ்

அச்சிட்டோர் : எம்.கே.கிராபிக்ஸ்,
சென்னை - 600 021

இரா. குழந்தை அருள்
தூய நெஞ்ச சகோதரர்கள் இல்லம்
9 வடக்கு மேட்டுத்திடல் சாலை
பாளையங்கோட்டை - 627 002
திருநெல்வேலி மாவட்டம்
கைபேசி:9751846239
மின்னஞ்சல்: kulandaiarul2016@gmail.com
முகநூல்: facebook.com/kulandaiarul

சுத்தமான நட்பு நம்மை சுத்திகரிக்கும்

உறவைப் பொறுத்தவரை நாம் எங்கே இருந்துள்ளோம் தற்பொழுது எங்கே இருக்கிறோம் அடுத்தாக எங்கு நோக்கி பயணிக்கவிருக்கிறோம் என்பதை அறிந்து கொள்வதற்கு நாம் நம் அகம் நோக்கிச் சென்று அறிவதே சாலச் சிறந்தது. என்றாலும் உளவியல் அடிப்படையிலும் உணர்வு அடிப்படையிலும் வரலாற்றிலும் இலக்கியத்திலும் யதார்த்த வாழ்விலும் விடையறியும் முயற்சியே இந்நூலில்.

நமது சொந்த குணநலன்களில் இருந்துதான் எந்தவோர் உறவையும் நாம் வளர்க்கத் துவங்க வேண்டும். சக மனிதர்களின் மனங்களைத் திறப்பதற்கான மிகச்சரியான திறவுகோல் நட்பு. உறுதியான நம்பிக்கை இல்லாமல் எந்த நட்பும் இருக்க முடியாது.

நட்புணர்வு கொண்டவர்களாக வாழ்வது எளிதாய் வந்துவிடும் கலை அல்ல. நாம் முன் யோசனையுடன் செயல்படுவதும் சரியான கொள்கை

களை மையமாகக் கொண்டிருப்பதும் மதிப்பீடுகளால் வழிநடத்தப்படுவதும் நம் வாழ்வில் உள்ள முன்னுரிமைகளைச் சுற்றி நமது நடவடிக்கைகளை நாணயத்துடன் ஒழுங்கமைத்துச் செயல்படுத்தும் திறன் கொண்டவர்களாய் இருப்பதும் சார்பற்றவர்களாய் இருப்பதும் தான் மற்றவர்களுடன் வளமான நீடித்த அதிக ஆக்கப்பூர்வமான நட்புறவை உருவாக்கிக் கொள்ளும் அடிப்படைக் காரணிகளாய் விளங்குகின்றன.

நட்பு இதயம் சார்ந்தது. பகுத்தறிவிற்குத் தெரியாத காரணங்கள் இதயத்திடம் இருக்கும் என்கிறார் பாஸ்கல்.

ஒவ்வொருவரின் வாழ்விலும் தனிமை என்பது தவிர்க்க முடியாதது என்றே பலரும் எண்ணுகிறார் கள். தனிமை மனிதனின் இயல்பு நிலையைச் சிதைக்கிறது. மகிழ்ச்சியை வற்றிப்போகச் செய்கிறது. இத்தகைய தனிமை என்கிற கொடிய நிலையை இல்லாமற் செய்யும் வரம்தான் நமது நண்பர்கள். நட்புறவு என்பது சொர்க்கச் சுகத்தை முன்னதாகவே சுவைக்க உதவும் தருணங்களின் உருவாக்கம்.

தங்கள் வாழ்வை நட்புணர்வுடன் வளப் படுத்திக்கொள்ள விழைகிற ஒவ்வொருவருக்கும் உரித்தான அம்சங்கள் ஏராளம்.

நம்பகத் தன்மை உடையவராய் இருப்பது, திறந்த மனதுடையவராய் இருப்பது, பொறுப்பேற்றுக் கொள்ளும் இயல்புடையவராய் இருப்பது, மற்றவர் களுக்குத் தடையின்றி உற்சாகத்தை அள்ளி வழங்குபவராய் இருப்பது, கனிவாகப் புன்னகைப் பது பிறரின் நடத்தைகளுக்கு நல்லர்த்தம் காண்பது, பிறர் கூறுவதற்குச் செவிசாய்ப்பது, எப்பொழுதும் உற்சாகமாய் மனமார்ந்த பாராட்டினை வழங்குவது, தனது தவற்றினை ஏற்றுக்கொள்வது, கலந்துரையாடுவது, கொடுத்த வாக்கை நிறைவேற்றுவது.

நன்றியுணர்வுடன் இருப்பது, நிபந்தனையின்றி மன்னித்து மறப்பது, பிறரிடம் உண்மையாய் இருப்பது, பணிவுடன் இருப்பது, பிறரைப் புரிந்து கொள்வது, அவர்களிடம் மரியாதையோடிருப்பது.

நகைச்சுவை உணர்வு கொண்டிருப்பது, பிறரை உயர்வாக எண்ணுவது, உங்களைப் போலவே மற்றவர்களையும் பாவிப்பது.

இவை அத்தனையும் கொண்ட கலவையாக ஒருமனிதன் இருக்கிறான் என்றால் அவனை நண்பனாய்ப் பெறுவதற்கு நாம் கொடுத்து வைத்திருக்க வேண்டும். ஏனென்றால் இவைதான் நட்பின் அல்லது உறவின் பெரும்பான்மை இலக்கணம்.

சுருக்கமாகக் கூறுவதென்றால் ஒரு நண்பனைப் பெறுவதற்கு முதலில் நீங்கள் ஒரு நண்பனாக இருங்கள். அதற்கு முன் நல்ல மனிதனாக இருங்கள்; ஏனென்றால் மேலே கூறிய அனைத்தும் நல்ல மனிதரின் சில நல்ல குணநலன்கள்.

பிறருடன் ஏற்படுத்திக் கொள்ளும் நட்புறவில் ஓர் ஒழுங்கைக் கடைபிடித்து வாழ்வது எத்துணை இன்றியமையாதது என்பது இந்நூலில் அழுத்தமாக விளக்கப்பட்டிருக்கிறது.

எழுதப் படிக்கத் தெரிந்த எவரும் இந்நூலைப் படித்து இதிலுள்ள வழிமுறைகளை நடைமுறைப் படுத்தினால் அவர்களால் பயனடையாமல் இருக்கவே முடியாது.

நல்ல நண்பர்களோடு ஏற்படுத்திக்கொள்ளும் தூய நட்பு தீமையைப் புறந்தள்ளி நல்லனவற்றைக் கொணரும்.

வாழ்த்துகளுடன்

இரா. குழந்தை அருள்

உள்ளே...

1

உறவுகளில் உன்னதம் நட்பு

மனித வாழ்க்கையை சமூக வாழ்க்கையாகக் கட்டியெழுப்பும் பிரதான காரணி உறவுகள். மனிதனின் பலவகைப்பட்ட குணாதிசயங்களால் ஆனதே உறவுகள்.

உறவுகள் பொதுவாக சமூக வாழ்வின் பாதுகாப்பு அரணாக விளங்குகிறது. அதே வேளையில் சிலரது வாழ்வில் அவர்களுக்கு உடைத்தெறிய முடியாத விலங்காகவும் அமைந்துவிடும் அபாயமும் உள்ளது.

உறவுகள் இருப்பதால் மனிதன் எப்பொதும் ஒரே நிலையில் இருப்பதில்லை. சில நேரம் வெப்பமடைய வைக்கிறது, சில நேரம் குளிர வைக்கிறது.

மனிதன் தனிமரமாகவோ ஒரு தீவாகவோ இன்றி சமூகப் பிராணியாக வாழ்கிறான். எனினும் எதிர்மறை குணாம்சங்கள் கொண்ட சமூக உறவுகளே தனிமனித வாழ்வின் நடத்தையை நிர்ணயிக்கிறது.

கணவன், மனைவி, பெற்றோர், குழந்தைகள், சகோதர பாசம், சொந்த பந்தம் போன்ற உறவுகளும் காதலன் காதலி, அக்கம் பக்கம் போன்றவை குடும்பம் கடந்த உறவுகளும் சேர்ந்ததுதான் சமூகம். இதில் நட்பு என்ற உறவு தனி மரியாதைக்குரிய ஒன்று.

நட்பு என்பது ஒருநபர் இன்னொரு நபருடன் தன்னை இணைத்துக் கொள்ளும் ஓர் இளைப்பாறும் மனப்பான்மை ஆகும். தனி மனிதனாக இயங்குவது மட்டுமே வாழ்க்கை அல்ல. இந்த சமூகத்தோடு இணைந்து இயங்க வேண்டிய நிர்ப்பந்தம் நமது வாழ்க்கைக்கு உண்டு. அந்த நிர்ப்பந்தத்தைத்தான் உறவுகள் என்கிறோம்.

வாழ்க்கை உறவுகளால் ஆனது என்பதால் உறவுகளைப் புரிந்து கொண்டால் வாழ்க்கையைப் புரிந்து கொண்டவர்களா கிறோம்.

உறவுகள் என்ற சொல்லை உச்சரித்துப் பார்க்கும் நொடிப் பொழுதுகளில் அன்பு, அக்கறை, ஈர்ப்பு, நெருக்கம், நம்பிக்கை, சுதந்திரம், கையளிப்பு போன்ற உணர்வுகளும் மனதில் தோன்றும். எனவே உணர்வுகளின் பின்னல்தான் உறவுகள் என்று சொல்லலாம்.

நேர்மறை உணர்வுகள் என்றால் உறவுகள் வளர்பிறைதான். எதிர்மறை உணர்வுகள் என்றால் உறவுகள் தேய்பிறையாவதில் வியப்பில்லை. எனவே உறவுகளைப் புரிந்து கொள்ளும்போது மனித இயல்பான உணர்வுகளையும் புரிந்து கொள்ள வேண்டியது அவசியம்.

மனித உறவுகளால் ஏதோ ஒரு விதத்தில் முன்னிலைபெறும் நட்பைப் பற்றி இந்நூலின் வழியே அறியலாம்.

நட்பு குறித்த உலகியல் அனுபவங்களுடன் உளவியல் தன்மைகளும் இந்நூலில் இடம்பெற்றுள்ளன. முழு நம்பிக்கையை அடிப்படையாகக் கொண்டமைவது நட்பு .360 டிகிரி அளவில் நட்பின் முழுப் பரிமாணத்தையும் அறியும் முயற்சி அல்ல இந்நூல்.

நட்பின் வழியே பயணிப்பவர்கள் தங்களின் வாழ்வில் இனிதே எதிர்கொள்ளும் மலர்களையும் தவிர்க்க வேண்டிய முட்களையும் இந்நூலின் வழியே அறிந்து கொள்ளலாம். உறவுகளில் உன்னதம் நட்பு.

இரா. குழந்தை அருள்

2

மொட்டவிழும் சிநேகிதங்கள்

மனித வாழ்க்கையில் நம்மில் அதிக மகிழ்ச்சியை ஏற்படுத்துவது உறவுகள். உறவுகளால் நமக்கு வியக்கத்தக்க பலன்கள் கிட்டுகின்றன.

நம் ஆளுமையை இன்னொருவர் ஏற்றுக்கொண்டு அங்கீகரிப்பதால் நமக்குள் சுயமரியாதை உருவாகிறது.

சிறியதோ பெரியதோ நாம் செய்து முடித்திட எண்ணும் பல செயல் களுக்கும் உரிய உறுதுணை கிடைக்கிறது.

நம்மை சஞ்சலப்படுத்தும் கவலை அச்சம் போன்றவற்றைப் பகிர்ந்து கொள்ள என்னோடு ஒருவர் இருக்கிறார் என்கிற மனநிறைவு கிட்டுகிறது.

தன்னந்தனி ஆளால் அனைத்தை யும் அறிந்து கொள்ள இயலாத நிலையில்

பல புதிய தகவல்களை, வழிமுறைகளை உரிமையுடன் நமக்கு எடுத்துரைக்க நம்பிக்கையான ஒருவர் என்னோடு இருக்கிறார் என்கிற திருப்தி.

மனக்குழப்பங்களால் தடுமாறி நிற்கும் வேளைகளில் உடனிருந்து உறவு பாராட்டி உணர்வுப்பூர்வமாகக் கைகோர்த்து அழைத்துச் செல்லும் அன்பானவர் எனக்குக் கிடைத்திருக்கிறார் என்கிற நிறைவு.

சக மனிதர்கள் பலருடன் நெருங்கிப் பழகவும் இணைந்து இயங்கவும் கிடைத்திடும் வாய்ப்பு தான் உறவு. எனக்காக ஒருவர் உடனிருக்கிறார் என்கிற நம்பிக்கையும் என்மீது அக்கறை கொண்டிருக்கிறார், எனது தாழ்வுகளிலும் தோல்விகளிலும் அவர் என்மீது அனுதாபம் கொள்ளக் கூடியவராய் இருக்கிறார் என்கிற பண்பு நலன்கள் உறவு தரும் உறுதிமொழிகளாகும்.

இத்தகைய பண்பு நலன்களோடு நமக்கு அமைந்திடும் உறவுகள் நம் வாழ்வின் அமைதிக்கு ஆதாரமாக அமைந்து விடுகிறது.

உறவுகள் திடீரெனத் தோன்றி உறுதி பெறுபவை அல்ல.

சில வேளைகளில் நாமே முன்சென்று பிறருடன் அறிமுகமாகிக் கொள்வோம் .பல நேரங்களில் எதிர்பாராத விதத்தில் பிறருடன் அறிமுகமாகிக் கொள்ளும் வாய்ப்புகளும் அமையும்.

அறிமுகக் கட்டத்திலேயே சிலர் அதை நட்பு என்று தவறாக எண்ணிக் கொள்வதுண்டு.

அறிமுகமான ஒருவருடன் தொடர் சந்திப்புகளின் மூலமாக நல்ல பரிச்சயம் ஏற்படும். பின் அது பழக்கமாகி நெருக்கமாகி மலர்வதுதான் நட்பு.

நட்பென்னும் கருவறைக்குள் நுழையும் முன் சில வாயில்களைக் கடக்க வேண்டும், அவைதான் அறிமுகம், பரிச்சயம், பழக்கம், நெருக்கம் ஆகியவை.

இந்தப் பரிணாம வழியே பயணித்து நட்பு என்னும் உறவை அடைந்தவர்கள் அதன் சுவையை அனுபவித்தவர்கள் ஒருபோதும் நட்பை இழந்துவிட விரும்புவதில்லை, நல்ல நட்பை நிராகரித்து விடுவதுமில்லை.

இதுதான் நட்பின் மகத்துவம்.

அன்பின் வெளிப்பாடுகளாய் நேசம், நட்பு என்பவை அமைத்தாலும் இரண்டும் ஒன்றல்ல வெவ்வேறானவை.

நட்பு எப்போதும் ஏமாற்றங்கள் ஏற்படாதவாறு காத்துக் கொள்ளக் கூடியது. ஏமாற்றங்களை எதிர்கொள்ள உதவும்.

சில வேளைகளில் நாம் நண்பர்கள் என்று நம்பியவர்கள் நம் எதிர்பார்ப்பின்படி நடந்து கொள்ளாமல் இருப்பது இயல்புதான். இது நமக்கு ஏமாற்றமாய்கூட அமைந்து விடலாம்.

அப்படிப்பட்ட வேளைகளில் நமது நட்பின் மீதே ஐயப்பாடு ஏற்பட்டால் அது நட்பல்ல. நேசம் மட்டுமே.

நேசம் என்பது உறுதியானதாக இருக்கும் என்பதற்கு உத்தரவாதமல்ல. அது தற்காலிகமானது, நிரந்தரமற்றது, சூழலுக்கு ஏற்ப தளர்ச்சியடையும் அல்லது சில நினைவுகளை மட்டுமே விட்டுவிட்டு மறைந்து போகலாம்.

ஆனால் நட்பு என்பது அப்படியல்ல, நட்பு எப்போதும் மலர்ந்து, பிஞ்சாகி, காயாகி, கனியாகும் தன்மை கொண்டது. வளர்ச்சியும் முதிர்ச்சியுமே நட்பின் இயல்பு.

நட்பு நிலைத்த தன்மை கொண்டது, நிரந்தரமானது. எத்தகைய சூழலிலும் நட்பின் உறுதித் தன்மை மாறாது.

நம் வாழ்வில் உண்மை நட்பு கைகூடினால் நம் வாழ்வே அழகு பெறும். சுகமாய் அமையும்.

சிலர் என் நட்பு வட்டம் பெரியது என்று பெருமை பேசுவார்கள். நட்பின் ஆழம் தெரியாதவர்கள்தாம் இப்படியெல்லாம் கூறுவார்கள்.

நட்பு எப்போதும் மிகத் தெளிவாகவே நண்பர்களைத் தேர்வு செய்யும், தேர்வு செய்யும் நண்பர்களை நிரந்தரமாகத் தக்க வைத்துக் கொள்ளும்.

நம் நட்பின் எல்லைக்குள் எப்போதும் மிகச் சிலரே உண்மை நண்பர்களாய் இருக்க முடியும்.

நட்பின் வழித்தடங்கள் நம்பிக்கையும் நெருக்கமும் தான். நட்பில் ஐயப்பாடுகள் ஏற்படாமல் தவிர்ப்பவை இவை இரண்டும்தான்.

“என் நண்பனா? ஏன் இப்படிச் செய்தான்?“ என்ற கேள்வி உண்மை நட்பில் ஒருபோதும் எழாது.

ஒருவேளை அப்படி ஒரு நிலை ஏற்பட்டால், ‘என் நண்பன் அப்படிப்பட்டவனல்ல அவனுக்கு இப்படி ஒரு சூழல் ஏற்பட்டிருக்கலாம்’ என்று ஒரு பதிலை நல்ல நட்பு கண்டுகொள்ளும்.

இந்த நம்பிக்கைதான் நட்பின் அடிப்படை. நட்புக்கு எந்த வரையறையும் எல்லையும் அளவீடுகளும் எப்போதும் இருப்பதில்லை. முழு நம்பிக்கையே நட்பின் மூலாதாரம்.

இந்த நம்பிக்கை இல்லாமல் பழகி வருபவர்கள் சொல்லளவில் நண்பர்கள் என்று கூறிக்கொண்டாலும் உண்மையில் அவர்கள் நண்பர்களாய் இருப்பதில்லை, தொடர்பும் பழக்கமும் கொண்டவர்கள் என்ற அளவிலேயே அவர்கள் உறவு அமையும்.

நட்புக்கு நம்பிக்கை எப்படி ஒரு அடிப்படைத் தன்மையோ அதுபோலவே நெருக்கமும் அடிப்படையான ஒன்று.

நீண்ட காலம் சந்தித்துக் கொள்ளவில்லை என்றாலும் நீண்ட தூரம் விலகி இருந்தாலும் இந்த நெருக்கம் ஒருபோதும் மாறாது.

அருகருகே இருந்தால்தான் நெருக்கம் என்றில்லை.

வாழ்வின் தேவைகளின் அடிப்படையில் தொலைதூரங்களில் வாழ்ந்தாலும் காலமும் தூரமும் நட்பைப் பாதிப்பதில்லை.

நீண்ட இடைவெளிக்குப் பின் சந்திக்க நேர்ந்தால் நட்பு அதே மலர்ச்சியுடனேயே வெளிப்படும். முன்னர் இருந்த அதே பேச்சும் பழக்கமும் மறுசந்திப்பின் போதும் வெளிப்படும்.

இப்படி இயல்பாக எப்போதும்போல பேச்சும் பழக்கமும் இருப்பதுதான் நட்பு.

நட்பு வயது முதிர்ச்சியையோ சமூக அந்தஸ்தில் உயர்வடைதலையோ கணக்கில் கொள்ளாது.

நட்பு தன் இயல்பு நிலையில் மாறாது.

பரிச்சயமாகும் காலத்தில் இன்னொருவரிடம் நமக்கு ஈர்ப்பு ஏற்படலாம்.

அந்த ஈர்ப்பு நட்புக்கு முந்தைய நிலையாகும். அந்த ஈர்ப்பை சற்றே ஆய்வுக்குட்படுத்தினால் ஈர்ப்பின் காரணத்தை அறிந்து கொள்ளலாம்.

அது அவர்மீது கொண்ட ரசனையாகவோ, வியப்பாகவோ, மதிப்பாகவோ, விருப்பாகவோ கூட இருக்கலாம்.

இவரோடு நெருங்கிப் பழகி உறவைத் தொடர வேண்டும் என்கிற விருப்பமே நட்பின் ஆரம்பக் கட்டமாகும்.

நட்பிற்கு வயது வரம்பு என்று எதுவுமில்லை.

விவரம் தெரிந்த நாள் முதல் பக்குவமான அறிவோடு தொடங்கியிராவிட்டாலும் நட்பு என்ற உறவு மலரத் தொடங்கி விடுகிறது.

குழந்தைகள் தங்கள் பள்ளிப் பருவத்தில் பெருமிதமாகக் கூறிக்கொள்ளும் ஓர் உறவு உண்டென்றால் அது நட்பு.

'என் ஃப்ரெண்ட்', 'என் நண்பேண்டா', என்று சிலாகித்துக் கூறிக்கொள்வார்கள். நட்பின் பலம் தெரியாமல்தான் இந்த நட்பு மலரும்.

எனவே இடையிடையே சின்னச் சின்ன விஷயங்களுக் காகச் சண்டையிட்டுக் கொள்வார்கள். குழந்தைத் தனமான இந்தச் சண்டைகள் நீடிப்பதில்லை. வெகு சீக்கிரத்தில் மறைந்து மீண்டும் நட்பில் குதூகலிப்பார்கள்.

பொதுவாக இளமையில் ஏற்படும் நட்புதான் பலருக்கும் நெடுங்காலம் நீடிக்கும். இதற்குக் காரணம் அவர்களின் இளமை.

தங்கள் உணர்ச்சிகளையும் ரசனைகளையும் போலியாக இல்லாமல் உள்ளது உள்ளபடி வெளிப்படுத்தக்கூடிய பருவம் இது.

ஒருவர் மற்றவரை அவ்வவர்களின் நிறை குறையோடு ஏற்றுக்கொள்வதால் காலப்போக்கில் கருத்து முரண்களோ, வருத்தங்களோ ஏற்பட்டாலும் அவை சிறிய அளவிலான கோபமாக வெளிப்படுமேயன்றி தீவிர வெறுப்பாகவோ, மனக்கசப்பாகவோ வெளிப்படாது.

பள்ளி அல்லது கல்லூரிப் பருவத்திற்குப் பிறகும்கூட நண்பர்கள் அமைவதுண்டு.

ஒரே துறையில் ஈடுபாடுள்ளவர்களுக்கோ, ஒரே அலுவலகத்தில் பணியாற்றுபவர்களுக்கோ இடையில் நட்பு உருவாகும்.

இளமையில் ஏற்படும் நட்பில் உள்ள உரிமைகளும் நெருக்கமும் காலப்போக்கில் ஏற்படும் நட்பில் இருக்கும் என்று சொல்ல முடியாது.

'வாடா', 'போடா' என்று அவர்கள் அழைத்துக் கொண்டாலும் அந்த வார்த்தைகளைக் கொண்டு அவர்களின் நெருக்கத்தை அளவிட முடியாது.

நட்பில் பிரிவு ஏற்படலாம்.

தாங்கள் செய்யும் பணியின் காரணமாக வேறிடம் போவதும் தங்கள் வாழ்வில் ஏற்பட்ட பிரச்சனைகள் காரணமாக சந்திக்க இயலாமற் போவதும் நட்பில் அவர்கள் தற்காலிகமாகப் பிரிந்திருக்கச் செய்யும்.

இதைப் பிரிவு என்று சொல்வதைவிட தவிர்க்கவியலாமல் விலகி இருக்கும் சூழல் என்று சொல்லலாம். இப்படி விலகி இருப்பது நட்பில் தற்காலிகமான ஒன்றுதான்.

உண்மையானதும் ஆழமானதுமான நட்பு காலமும் தூர மும் ஏற்படுத்திய பிரிவையும் மீறி உள்ளத்தின் உள்ளே சுகமான உணர்வாக, மீண்டும் சந்திக்கத் துடிக்கும் சந்தர்ப்பத்திற்காகக் காத்திருக்கும் மனநிலையாக, சந்தோஷங்களைக் கூடி அனுபவிக்கும் வாய்ப்பை எதிர்நோக்கிய வேட்கையாக, ஓர் எதிர்பார்ப்போடு காத்திருக்கும்.

நிஜமான நட்பு நிரந்தரமானது. முறிவு என்பது நட்பிற் கில்லை. உண்மை நண்பர்களை மரணம் மட்டுமே பிரித்திட முடியும்.

இரு நபர்கள் ஓர் உள்ளம் என்ற அடிப்படையிலான இணைப்பே நட்பு.

காலமும் தூரமும் நண்பர்களை விலகி இருக்க வைத்தாலும் மீண்டும் கூடிக்களிக்கும் காத்திருத்தலோடு இருக்கும். இது பிரிவு அல்ல நிர்ப்பந்தம் காரணமாக விலகி இருத்தல்.

தொலைத் தொடர்புகள் பெருகி இருக்கும் இக்காலத்தில் வெவ்வேறு இடங்களில் இருக்கும் நண்பர்களுக்கு விலகி இருத்தல் என்பது ஒரு பிரச்சனையே அல்ல.

ஆனால், நண்பர்கள் அருகில் இருந்தாலும் இருவரிடையே நிலவும் கருத்து முரண்கள் கோபமாக வெளிபடும்.

உண்மையான நட்பில் தன் நண்பரின் எல்லா இயல்புகளோடும் குணநலன்களோடும் ஏற்றுக்கொள்கிற நாம் அவரின் கோபத்தையும் சேர்த்துத்தான் ஏற்றுக்கொள்கிறோம்.

கோபத்தைப் பெரிதுபடுத்தினால் உறவில் விரிசல் தவிர்க்க

முடியாத ஒன்றாகிவிடும். கோபத்தைத் தவறு என்று கருதுவதோ, நம் உள்ளத்தின் இயல்பான உணர்ச்சிகளை மறைத்து உறவாடுவதோ நட்பாகாது.

நட்பு நாடகமல்ல. முகமூடி அணிந்து கொள்வதோ, அரிதாரம் பூசிக்கொள்வதோ நட்பிற்கு அவசியமற்றதாகும்.

நட்பு உள்ளொன்று வைத்துப் புறமொன்று கூறும் குணம் இல்லாத உன்னதமான உறவாகும்.

நண்பர்கள் போல் இருந்தவர்கள் திடீரென பகைவர்களாய் மாறிவிடுவதை நாம் பார்த்திருக்கலாம். உண்மையில் நம்பிக்கை, நெருக்கம் என்ற அடிப்படையில் அவர்களின் நட்பு கட்டப் பட்டிருக்காது.

நண்பர்கள் போல் இருந்திருப்பார்கள். உண்மையில் நண்பர்களாய் இருந்திருக்க மாட்டார்கள். நட்பிற்கு உரித்தான முதிர்ச்சி அவர்களிடம் இருந்திருக்காது.

அம்மி மிதித்து, அருந்ததி பார்த்து திருமணம் போல் நட்பு என்கிற வாழ்க்கை ஒப்பந்தம் தொடங்கவில்லை என்றாலும், திருமண வாழ்க்கை போன்றே சில பண்புநலன்களையும் குணாதிசயங்களையும் உள்ளடக்கிய உன்னதமான உறவே நட்பு.

நட்பின் மேன்மை அறிந்தவர்கள் இக்கூற்றை நம்புவார்கள்.

திருமண வாழ்வில் தங்கள் வாழ்க்கைத் துணையைக்கூட மற்றவர்கள் நிச்சயிப்பார்கள். ஆனால், நம் நண்பர்களை நாம்தான் தேர்வு செய்கிறோம்.

நட்பில் விரிசல் என்றால் நம் தேர்வில் தவறு என்றுதான் அர்த்தம்.

காதலைப் போலவே நட்பிற்கும் ஓர் ஈர்ப்புதான் காரணம். அந்த ஈர்ப்பு நிரந்த நெருக்கமாக அமைந்துவிட்டால் நட்பு அழகுபெறும் பலப்படும்.

நட்பின் ஆரம்பமும், அதன் வளர்ச்சியும் நன்கமைந்துவிட்டால் முதிர்ச்சி பெற்று கனிந்த நட்பாகும் என்பதில் ஐயம் இல்லை.

சில குடும்பங்களில் வாழ்க்கைத் துணையாக அமைபவர், "உங்கள் நண்பரை எனக்குப் பிடிக்கவில்லை. அவரைக் கழற்றி விட்டுவிடுங்கள்" என்று நிர்ப்பந்திப்பார்கள்.

நட்பின் மகத்துவம் அறிந்தவர்கள் தன் வாழ்க்கைத் துணையிடம் பக்குவமாய் நட்பின் மேன்மை குறித்தும், தன்

நண்பனால் தன் வாழ்வில் தான் அனுபவித்த நட்பின் ஆழமான அனுபவங்களையும் புரியும்படி எடுத்துரைக்க வேண்டுமே தவிர, தன் வாழ்க்கைத் துணை சொல்லிவிட்டார் என்பதற்காக நட்பைத் துறத்தல் முறையாகாது.

குடும்பமும் வாழ்க்கைத் துணையும் முக்கியம் என்பதையும் கருத்தில் கொண்டு விவேகமாய் எடுத்துரைத்து நட்பைப் பேணிட வேண்டும்.

நட்பைத் தொடர்வதில் ஆண்களுக்கும் பெண்களுக்கும் ஒரு வித்தியாசம் உண்டு.

தான் திருமணம் செய்து கொண்டு குடும்ப வாழ்க்கையைத் தொடர்கின்ற நிலையிலும் ஆண்களால் தங்கள் நண்பரைச் சந்திக்கவும் பேசவும் பழக்கவழக்கங்களைத் தொடரவும் முடிகிறது.

ஆனால் பெண்களுக்குப் பெரும்பாலும் இது சாத்தியமாவதில்லை.

படிப்பிற்குப் பின்னரோ, திருமணமான பின்னரோ பெண்கள் தங்கள் தோழிகளின் தொடர்பை இழக்க வேண்டிய நிலையே நிலவுகிறது.

தோழிகளாய் உள்ளவர்களின் நட்பே தொடர இயலாத நிலையில் ஆண்பெண் நட்பில் உள்ள சிக்கல்கள் என்னவென்பது சொல்லாமலேயே புரியும்.

ஆண்பெண் நட்பை வெளியே இருந்து பார்ப்பவர்கள் பெரும்பாலும் அது காதல் என்று கணித்து விடுவதாலேயே இந்த விபரீதம்.

இதன் விளைவு இதுவரை நல்ல நண்பர்களாய் இருந்த ஆண்பெண் இருவரும் வேறு பாலினத்தவர் என்ற ஒரே காரணத்திற்காக நட்பைத் தொடர இயலாமல் இழக்க நேரிடுகிறது.

நட்பைப் பற்றிய தவறான புரிதல் ஒன்று இருக்கிறது.

“உடுக்கை இழந்தவன் கைபோல ஆங்கே
இடுக்கண் களைவதாம் நட்பு”

என்பது நட்பு பற்றிய குறள்.

இக்கட்டான நிலையில் பிறருக்கு உதவுவதும் அவர்களின் இன்னல்களைத் தவிர்ப்பதும் இடையூறுகள் வரும்போது அவர்களுக்கு ஏற்படும் தடைகளைத் தகர்ப்பது மட்டுமே நட்பின்

வெளிப்பாடு என்று பலர் தவறாகப் பொருள் புரிந்து கொள்வதுண்டு.

வள்ளுவப் பெருந்தகை இந்தக் குறட்பாவின் மூலம் சொல்ல விழைவது, பிறரை நண்பர் என்று அடையாளம் கண்டு கொள்வதற்கான கருத்தாக இதைக் குறிப்பிடவில்லை. நண்பராக இருக்கும் நாம் நடந்து கொள்ளத்தக்க வழிமுறையாகவே இதனைக் குறிப்பிட்டிருக்கிறார்.

நமக்கு நண்பராக இல்லாதவர்கூட நமக்குத் தக்க நேரத்தில் உரிய உதவிகளைச் செய்திருப்பார்கள், அல்லது நாமே கூட இவ்வாறு பிறருக்கு உதவியிருப்போம், இது வெறும் உதவி மட்டுமே.

உதவி செய்வதும் ஆபத்தில் உடனிருப்பது மட்டுமே நட்பாகிவிடாது.

பிறருக்கு உதவிட முன்வருவது நமக்குள் இயல்பாக உள்ள கருணையின் அடையாளம். கருணை நட்பாகாது. கருணையில் தருபவர் பெறுபவர் என்கிற உயர்வு தாழ்வு உண்டு.

நட்பில் இந்த நிலை இல்லை. நட்பில் தருவதும் பெறுவதும் இருந்தாலும் அது கருணையினால் நிகழ்வதல்ல. தன்னை அறியாமல் ஏன் தனக்கே தெரியாமல் இயல்பாய் நிகழும் ஓர் அனிச்சை வெளிப்பாடாகும்.

நட்பு ‘உதவி’ என்கிற சிறிய எல்லைக்குள் அடைபட்டுவிடாது.

நண்பர்கள் என்று பலரைச் சொல்லிக் கொண்டாலும் நம் நெஞ்சத்தில் நட்பு எனும் உறவோடு நங்கூரமிட்டுக் கொள்பவர்கள் சிலர் மட்டுமே. காரணம் நட்பில் ஏற்படும் காலப்போக்கிலான வளர்ச்சியும் தளர்ச்சியுமே.

பள்ளிப் பருவத்தில் பல நண்பர்கள் இருப்பார்கள். ஆனால் நாம் உயர் கல்வி பயிலச் செல்கின்றபோது அங்கு பல புதிய நண்பர்கள் நம்மோடு சேர்ந்து கொள்வார்கள்.

பழைய நண்பர்களில் பலர் நம் மனத்திரையில் மங்கிப் போவார்கள்.

அடுத்த நிலையாக வேலைக்குச் செல்லும்போது அங்கு புதிய நண்பர்கள் கிடைப்பார்கள். பழைய முந்தைய நண்பர்கள் பலரை மறந்துவிடுவோம்.

பணியிட மாறுதல் ஆகி வேறிடம் சென்றால் அப்போதும் இந்நிலையே தொடரும்.

இது போன்ற நட்புகள் நாம் முன்னரே பார்த்தபடி தொடர் வளர்ச்சி பெறாத, அல்லது மிகநெருக்கம் அற்ற முதிர்ச்சியடையாத நட்பாகும்.

உண்மை நட்பு ஆழமானது. காலமோ தூரமோ இத்தகைய நட்பை மங்கச் செய்வதில்லை.

உறவுகளில் மிகவும் உதவியானது நட்பே.

எதிர்பார்ப்பு இல்லாமல், ஏக்கம் இல்லாமல், சார்பு இல்லாமல், சந்தர்ப்பவாதம் இல்லாமல், தேவைக்கு உதவிகிட்டும் என்கிற எண்ணம் இல்லாமல் அன்பு, அக்கரை, நெருக்கம், நம்பிக்கை இவைகளை மட்டுமே கலவையாக்கி உச்சரித்துப் பாருங்கள், அதுதான் நட்பு.

3

நட்பு - சௌந்தர்யமா? சௌகர்யமா?

"உன் நண்பனைக் காட்டு
நீ யாரென்று சொல்கிறேன்"
"நல்ல நண்பர்களைப் பெற்றவன்
இவ்வுலகையே வெல்வான்"
"கூடா நட்பு கேடாய் முடியும்"
"நட்புக்கு எல்லையே கிடையாது"

நட்பு பற்றிய பொன்மொழிகள் இவை.

நட்பு என்பது புரிதலின் அடிப்படையில் இயங்கும் ஓர் உன்னதமான காதல்.

நட்புக்கு பொறாமை கிடையாது.

நட்புக்கு கோபம் தெரியாது.

நட்புக்கு எரிச்சல் வராது.

நட்பு ஒரு தெய்வீகம்.

நட்பு ஒரு இனிமை.

நட்பு ஒரு அபார அன்பு.

இந்த உலகில், பிரபஞ்சத்தில், பேரண்டத்தில் சக்திவாய்ந்த அம்சங்களில் முக்கியமானது நட்பு.

இரத்த உறவுகளைவிடவும், இந்த நட்பு உறவுகளுக்கு சக்தி மிகவும் அதிகம்.

மனிதனின் மனதிற்குள் அமைந்துள்ள கட்டமைப்பில் நட்பு மிகப் பெரிய இடத்தை வகிக்கிறது.

"உங்களின் ஆளுமையை மேம்படுத்திக்கொள்ள வேண்டும் என்றால், தவறான நட்பில் இருந்து விலகுங்கள்" என்கிறார் கவிஞர் துளசிதாஸ்.

நண்பனைத் தேர்ந்தெடுக்கும்போது கவனமாக ஆராய்ந்து பார்த்து தேர்ந்தெடுக்க வேண்டும்.

ஏனென்றால் நல்ல நட்புதான் நிச்சயமான நல்ல வெற்றியைத் தரும்.

ஒருவேளை தவறான நண்பனைத் தேர்ந்தெடுத்துவிட்டால் அந்தச் சுழலில் சிக்கித் தினமும் உங்களை நீங்கள் இழக்க நேரிட்டு விடும்.

தவறான பழக்க வழக்கங்களைக் கொண்டவர்களின் நட்பு கிடைக்கப்பெற்றவர்கள் அந்த நட்பிலிருந்து பின்வாங்க முடியாமலும் தத்தளிப்பதைப் பார்க்க முடியும்.

அதேவேளையில், "என் நண்பனின் கெட்ட பழக்கங்கள் என்னை எந்தவிதத்திலும் பாதிக்காது. பாதித்தாலும் அவன் என் உயிர் நண்பன் என்பதால் நான் அவனுக்கு உறுதுணையாகத்தான் இருப்பேன்" என்று வீராவேசம் கொள்ளத் தோன்றும்.

'சந்தனக் கட்டையைச் சுற்றியிருக்கும் பாம்பின் விஷம் அந்த சந்தனக் கட்டைக்கு ஏறாது' என்பார்கள்.

ஆனால் நடுத்தெருவில் ஒரு குடிகாரனோடு பேசிக் கொண்டிருந்தால் பார்ப்பவர்களுக்கு யார் குடிகாரன் என்பது தெரியாமல் போய்விடும் என்பதையும் நினைவில் வைத்துக் கொள்ள வேண்டும்.

நட்பு என்பது ஒவ்வொரு மனிதனின் வாழ்விலும் தவிர்க்கவே முடியாத ஒன்று.

ஆனால் அது நல்ல நட்பாக அமைய வேண்டும் என்பது தான் எழுதப்படாத இலக்கணம்.

எக்காரணம் கொண்டும் நண்பனின் மனம் நோகக்கூடாது என்பதற்காக நண்பன் எவ்வளவு பெரிய தவறைச் செய்தபோதிலும் அதற்கு உதவ வேண்டிய நெருக்கடி ஏற்பட்டுவிடுகிறது.

ஆனால் தவறுக்குத் துணைபோவது நல்ல நட்பாக அமையாது என்பதுதான் உண்மை.

நண்பன் தவறு செய்கிறபோது அவனை அதிலிருந்து திருத்த முயற்சிப்பதுதான் நல்ல நட்பாக இருக்க முடியும்.

தனது தவறை மறைத்து நல்லவனாக உலகின் முன்னால் காட்ட வேண்டும் என்பதற்காக நல்லவர்களை நண்பர்களாக்கத் துடிப்பவர்களும் உண்டு.

அவர்கள் நல்லவர்களாக மாற வேண்டும் என்று நினைப்ப தில்லை. மாறாக நல்லவனின் நிழலில் தனது தவறை மறைத்துக் கொண்டு தலைநிமிர்ந்து வாழ வேண்டும் என்கிற எண்ணமே மேலோங்கி நிற்கும்.

வலியவந்து நட்பைக் கொட்டி வளைத்துப்போடும் அவர்கள், தங்களின் தவறான செயலுக்கு இடையூறு ஏற்படுகிறபோது, அதில் இருந்து காப்பாற்ற அந்த நல்ல நண்பன் போராட வேண்டும் என்று எதிர்பார்க்கிறார்கள்.

இதுதான் தவறான நட்பின் அடையாளம். ஏனென்றால் நட்பு எப்போதும் எந்தப் பயனையும் எதிர்பார்த்து இயங்காது.

அது தன்னிச்சையானது.

அதற்குத் துளியும் இலாப நோக்கம் இருக்காது.

மாறாக எதையாவது எதிர்பார்த்து நட்பு ஏற்படுமானால் அது உண்மையான நட்பாக இருக்கவே முடியாது.

அது போலியானது.

அது விஷமத்தனமானது.

அது வெறுக்கத்தக்கது.

அப்படிப்பட்ட நட்பைத் தலைக்கு மேலாகத் தூக்கி வைத்துக் கொண்டு ஆட்டம் போடுவது தவறு.

நிஜமான நட்பு என்பது நண்பன் தவறான வழியில் செல்வதை ஒருபோதும் விரும்பாது.

அதற்காகத் தவறான பாதையில் செல்கிறான் என்று அவனை விட்டு விலகவும் செய்யாது.

மாறாக அவனை அந்தத் தவறில் இருந்து நல்வழிக்குத் திருப்ப முடிந்தவரை போராடும்.

கொலை செய்துவிட்டுத் தன்னைத் தண்டனையில் இருந்து காப்பாற்றவில்லை என்று நண்பன் மீது குறை சொன்னால் அது எப்படி நல்ல நட்பாக இருக்க முடியும்?

தவறு செய்தவன் தண்டனையைப் பெற்றுத்தான் ஆக வேண்டும்.

தவறு செய்தாலும் நண்பன் என்பதற்காக அவனைக் காப்பாற்ற வேண்டும் என்று எதிர்பார்ப்பது நிச்சயமாக சரியான கொள்கையாக இருக்க முடியாது.

தவறு செய்தவன் நண்பன் என்பதால் காப்பாற்றியே ஆக வேண்டும் என்று மற்ற நண்பர்களும் குரல் கொடுப்பார்கள்.

ஆக நட்பு என்பது உண்மையானதாக இருக்க வேண்டுமே தவிர, தவறுக்கெல்லாம் அடிபணிவது என்பது நல்ல நட்பாக இருக்க முடியாது.

நல்ல நண்பன் என்ற போர்வையில் உங்கள் வாழ்வைக் கெடுக்கும் எதிரிகள்தான் நிறைய பேர் இருக்கிறார்கள்.

அவர்களின் முகமூடியைத் தெளிவாகப் புரிந்து கொண்டு நட்பு பாராட்டாமல் ஆரம்பத்திலேயே விலகிவிட வேண்டும்.

கெட்ட நண்பனோடு நட்பாக இருப்பதைவிட தனித்திருப்பதே நல்லது.

நல்ல நண்பர்கள் இருந்தால் இமயமலை உச்சிக்குக்கூட உங்களால் செல்ல முடியும்.

சிறப்பான வளர்ச்சியும், நல்ல உயர்வும் சிறந்த நண்பர்களால் மட்டுமே சாத்தியமாகும்.

ஜார்ஜ் வாஷிங்டன் அமெரிக்காவின் சுதந்திரப் போரைத் தலைமை தாங்கி நடத்தி வெற்றியின் உச்சத்தைத் தொட்டவர். அவரது இந்த வெற்றிக்குப் பின்னால் நல்ல நண்பர்கள் இருந்தார்கள் என்பது மறுக்க முடியாத உண்மை.

ஜார்ஜ் வாஷிங்டன் மட்டுமல்லாமல் கார்ல்மார்க்ஸ், லெனின், பிடல் காஸ்ட்ரோ உள்ளிட்ட பல மாபெரும் புரட்சியாளர்களும் நல்ல நண்பர்களாலேயே இமாலய வெற்றியைச் சாதித்தார்கள்.

நல்ல சகவாசம் உள்ளவர்கள் அதிகமாகச் சேர்ந்து நட்பைப் பராமரிப்பது என்பது குறைவாகவே இருக்கும்.

அதேவேளையில் தீய பழக்கமுள்ளவர்கள் எப்போதும் சேர்ந்து நட்பு பாராட்டுவது உண்டு.

எந்தவிதமான கெட்டப் பழக்கமும் இல்லாத நண்பர்கள் கூட்டத்தைவிட, அத்தனை கெட்டப் பழக்கமும் உள்ளவர்கள் எப்போதும் சேர்ந்தும், நெருக்கமாகவும் இருப்பார்கள்.

புகை பிடிப்பதற்கு பலரும் சேர்வார்கள்.

மது அருந்துவதற்கு 'நான், நீ என்று பலரும் போட்டி போட்டுக் கொண்டு முன்வருவார்கள்.

இதுபோன்று கெட்ட பழக்கம் உள்ளவர்கள் எப்போதும் ஒருவருக்கொருவர் நெருங்கிய தொடர்பில் இருப்பார்கள். சேர்ந்தே எங்கும் போவார்கள். மது அருந்த வேண்டும் என்ற போதையின் கவர்ச்சி காரணமாக இணைபிரியா நண்பர்களாகவே இருப்பார்கள். தேநீர் அருந்திய அடுத்த நிமிடம் அருகிலுள்ள கடையில் புகை பிடிக்கத் தயாராகக் கூடுவார்கள்.

ஆனால் இந்த மாதிரியான கெட்டப் பழக்கம் எதுவும் இல்லாத நண்பர்கள் எப்போதாவதுதான் ஒன்றாகக் கூடுவார்கள்.

ஏனென்றால் எந்தப் போதைக்கும் அவர்கள் அடிமையாக இல்லாத காரணத்தால் அவர்களுக்கு இடையேயான நட்பு அடிக்கடி தேவைப்படுவதில்லை.

கெட்டப் பழக்கம் இல்லாதவர்களைத் தங்கள் பக்கம் நெருங்கக்கூட விடாத சூழலும் பலரிடம் உண்டு. அவர்களை ஒரு மனிதனாகக்கூட சீண்டுவது இல்லை.

அவர்கள் பிறந்ததே வீண் என்பதுபோல இகழ்ச்சியாகப் பேசிச் சிரிப்பதும் உண்டு.

புகை, மது மட்டுமல்லாமல் வேறு பல ஒழுக்கக்கேடான விஷயங்களிலும் நமது ஆர்வத்தைத் தூண்டிவிட்டு, எப்படியாவது அந்தத் தவறைச் செய்ய வைத்து, அவர்களோடு நட்புறவு ஏற்படுத்திக் கொள்ளப் படாதபாடு படுவார்கள்.

அப்படியும் கெட்ட பழக்கத்தில் ஈடுபட மறுத்து விலகி நின்றால் பரிகசிப்பதும், இகழ்வதும், கிண்டல் செய்வதும் மட்டுமல்லாமல் அவர்களது நட்புக் குழுமத்தின் அருகில்கூட நெருங்கவிடுவதில்லை.

இன்னும் சொல்லப்போனால் 'பழம்' என்று நையாண்டி செய்து கேவலப்படுத்துவார்கள்.

இதுபோன்ற கெட்ட சகவாசம் உள்ளவர்கள் 'நெருங்கிய நட்பு' கொண்டிருப்பார்கள். இவர்களில் யாராவது ஒருவருக்கு உடல் நலம் சீர்கெட்டுப்போனால் அவரை மருத்துவமனைக்கு அழைத்துச் சென்று சிகிச்சை அளிப்பது உள்ளிட்ட அவரது பெற்றோர் கவனிப்பதைக் காட்டிலும் அதிக சிரத்தையுடன் கவனிப்பார்கள்.

யாருக்காவது பணப் பிரச்சனை ஏற்பட்டால் எப்படித்தான்

புரட்டுவார்கள் என்று தெரியாது, அப்படிப் புரட்டி அவருக்குக் கொடுத்து உதவுவார்கள்.

இவர்களின் நட்பு தீவிரமாக இருக்கும்.

அழுத்தமாக இருக்கும்.

இறுக்கமாக இருக்கும்.

இணைபிரியா நட்பாக இருக்கும்.

நண்பனுக்காக எந்த மாதிரியான தியாகத்தையும் இவர்கள் செய்வார்கள்.

ஆனாலும் இவர்களின் இந்த நெருக்கத்தின் அடிப்படையான அம்சம் தீய பழக்கவழக்கங்களாகவே இருக்கும்.

அதேவேளையில் நல்லவர்களாக இருப்பவர்களின் நட்பு இந்த அளவிற்கு நெருக்கமாக இருக்குமா என்றால் அநேகமாக இல்லை என்றே சொல்ல முடியும்.

படிப்பில்கூட அவர்கள் தேர்வின்போது தனித்தனியாக அமர்ந்துதான் படிப்பார்கள்.

ஆனால் நல்லவர்களின் நட்பு காலங்காலமாக நீடித்து நிலைத்து நிற்கும்.

கெட்டவர்களின் நட்பு ஒரு கட்டத்தில் சண்டை சச்சரவுகள் ஏற்பட்டு பிரிந்துவிடக்கூடும்.

நல்ல நட்பு என்பது எப்போதும் சக நண்பனின் முன்னேற்றம், நலன் சார்ந்தவற்றிலேயே அதிக அக்கறையும், ஆர்வமும் உடையதாக இருக்கும்.

நல்ல சிந்தனை, அறிவு முன்னேற்றம், ஆக்கப்பூர்வ செயல், நேர்மையான எண்ணம், சத்தியம் போன்றவற்றை அடிப்படையாகக் கொண்டதாகவே நல்ல நட்பு இருக்கும்.

வாழ்வின் சிறப்பான முன்னேற்றம், திறமை, கடின உழைப்பு, வாக்கு சுத்தம் போன்றவற்றை நல்ல நட்பு பாராட்டும்.

எனவே நல்ல நண்பனைத் தேர்ந்தெடுக்கும் போதே இது போன்ற தன்மைகளைச் சீர்தூக்கிப் பார்த்துப் பழகக் கற்றுக்கொள்ள வேண்டும்.

தவறான நடத்தை உள்ளவன் என்று தெரிந்தும் அவனோடு நட்பு கொண்டால் அந்த நட்பு பல்வேறு சோதனைகளைத்தான் நமக்குத் தரும்.

மிகப் பெரிய பள்ளம் என்று தெரிந்தும் அதில் குதிப்பதைப் போன்ற துயரநிலையே ஏற்படும்.

ஒருவனின் முன்னேற்றத்திற்கும், நன்முயற்சிக்கும் ஆதரவு அளிப்பதாகவே நல்ல நட்பு அமைந்திட வேண்டும்.

அதைவிடுத்து ஒருவனின் மோசமான வீழ்ச்சிக்குக் காரணமாக அமையும் நட்பு நல்ல நட்பாக ஒருபோதும் இருக்கவே முடியாது..

ஒரு நட்பு உங்களை சமூகத்தில் உயர்ந்த இடத்திற்கு இட்டுச் செல்லும் என்றால் அதுவே நல்ல நட்பாக அமையும்.

அப்படி இல்லாமல் கெட்டப் பழக்க வழக்கங்களுக்கும், மிகப் பெரிய இன்னல்களுக்கும், துன்பங்களுக்கும் இழுத்துச் செல்கிறது என்றால் அதனை நல்ல நட்பு என்று கூறவே முடியாது.

ஒருவேளை நல்ல நண்பன் என்று நினைத்துப் பழகிய பிறகு அந்த நண்பன் தவறான பழக்கம் உள்ளவன் என்று தெரிய வந்தால் அந்த நட்பைத் துண்டித்துவிட வேண்டும். அவ்வாறு செய்யாமல் போனால் அந்த நட்பு உங்கள் நண்பனை மட்டுமல்லாமல் உங்களையும் சாக்கடைக்குள் மூழ்கடித்துவிடும்.

உறவுகளைத் தீர்மானிக்கும் உரிமை உங்களுக்குக் கிடையாது. அதைக் காலம்தான் நிர்ணயிக்கிறது. தவறான நடவடிக்கை உடையவராக உறவினர் அமைந்துவிட்டால் அதற்கு நீங்கள் ஒரு நாளும் பொறுப்பாக இருக்க முடியாது.

ஆனால் நண்பர்களைத் தீர்மானிக்கும் உரிமை உங்களிடம் இருக்கிறது. எனவே அந்த உரிமையை நீங்கள் சரியான வகையில் பயன்படுத்த வேண்டும். நண்பர்களைத் தேர்ந்தெடுக்கும்போது மிகவும் கவனமாக இருக்க வேண்டும்.

நட்பு என்பது உங்கள் வாழ்வை திசைமாற்றும் வல்லமை உடையது என்பதை நினைவில் வைத்திருக்க வேண்டும்.

அந்தத் திசை நல்லதாக இருக்க வேண்டும் என்றால் அதனைக் கவனமாகத் தீர்மானிக்க வேண்டிய கட்டாயம் உங்களுக்குத் தானே இருக்கிறது!

சேகுவாரா மிகப் பெரிய புரட்சியாளர். பொதுவுடமைப் பற்றாளர். அவர் தனது உயிர்த் தோழர் பிடல் காஸ்ட்ரோவிற்காக போரில் தலைமையேற்று கியூபாவிற்கு சுதந்திரம் பெற்றுத் தந்தார். நண்பர் சேகுவாரா காட்டிய வழியில் கிஞ்சித்தும் பிறழ்வு இல்லாது ஆட்சியை நடத்திவந்தார் பிடல் காஸ்ட்ரோ.

இந்த நல்ல நட்பு ஒரு தேசத்தையே தலைநிமிர்ந்து நிற்கச் செய்தது.

கோப்பெருஞ் சோழனும், பிசிராந்தையாரும் நல்ல நட்பிற்கு மற்றொரு உதாரணம். இவர்கள் ஒருவரை ஒருவர் நேரில் பார்க்காமலேயே நட்பு பூண்டனர். கோப்பெருஞ் சோழனின் மறைவைக் கேட்டு மனம் வருந்திப்போன பிசிராந்தையார், துக்கம் தாளாமல் வடக்கிருந்து உயிரையே தியாகம் செய்தார்.

இதுதான் நல்ல நட்பு.

பகத்சிங், ராஜகுரு, சுகதேவ் ஆகியோரின் நெருங்கிய நட்பு நாட்டின் சுதந்திரத்திற்கான போராட்டக் களத்தில் முக்கியத்துவம் வாய்ந்ததாக அமைந்தது.

நேதாஜி சுபாஷ்சந்திரபோஸ் மற்றும் முத்துராமலிங்கத் தேவரின் நட்பு புனிதமானது. வீரம் செறிந்தது. தாய்நாட்டின் சுதந்திர இலட்சியத்தைக் கையில் ஏந்தி வீராவேசத்தோடு போரிடத் துணைபுரிந்த நட்பு.

வங்கம் சென்ற தேவரைத் தனது அன்னையிடம் அழைத்துச் சென்ற நேதாஜி, என் உடன்பிறவாச் சகோதரன் என்று மெய்சிலிர்க்க அறிமுகம் செய்துவைத்தார்.

நேதாஜி இறந்துபோனதாக இந்திய அரசாங்கம் சத்தியம் செய்து அறிவித்தபோதும், அவர் உயிரோடு இருப்பதாக உறுதியாகக் கூறியவர் முத்துராமலிங்கத் தேவர். தனது இறப்பு வரை இந்த உறுதியில் இருந்து கடுகளவும் அவர் பின்வாங்கவில்லை.

நட்புக்காக அதர்மம் என்பது தெரிந்தும் துரியோதனன் பக்கம் நின்று போரிட்டு உயிரை மாய்த்துக் கொண்டவன் கர்ணன்.

ஈழப் போரின்போது வீரமரணம் அடைந்த நண்பன் சார்லஸ் ஆன்டனி பெயரைத் தனது புதல்வனுக்கு சூட்டி மகிழ்ந்தவர் விடுதலைப் புலிகள் தலைவர் பிரபாகரன்.

உலகையே வசூலில் அதிரவைத்த படம் 'ஷோலே' என்ற இந்திப் படம். அமிதாப்பச்சன் நடித்த இந்தப் படம் 'நட்பை' அடிப்படையாகக் கொண்ட ஒரே காரணத்திற்காகவே சக்கைப் போடு போட்டது.

ராஜீவ் காந்தியோடு நல்ல நட்புறவைக் கொண்டவர் அமிதாப் பச்சன். வீரப்பெண்மணியாக விளங்கிய இந்திரா காந்தியைப்

பார்த்து உலகத் தலைவர்களே மிரண்டுபோய் இருந்த நாட்களில் ராஜீவ் காந்தியுடன் இருந்த நட்பிற்காக இந்திராவைத் தைரியமாக எதிர்த்து ராஜீவின் காதல் திருமணத்தை வெற்றிகரமாக நடத்தி வைத்தார் அமிதாப்பச்சன்.

இவ்வாறு நட்பின் அதிஉன்னதங்களைப் பற்றி எழுதிக் கொண்டே போகலாம். நட்பிற்காக உறுதியுடன் தோளோடு தோள் இணைத்து நின்றவர்களை வரலாறு இன்றும் நினைவில் வைத்துக் கொண்டிருக்கிறது.

நல்ல நட்பு, தீய நட்பு என்று பிரித்துப் பார்க்காமல் நட்பிற்குத் தலைவணங்கியவர்களை இந்த உலகம் போற்றிப் புகழ்ந்து கொண்டுதான் இருக்கிறது.

ஆனால் நல்ல நட்பிற்காகத் தோள் கொடுத்தவர்களை உதாரணமாக எடுத்துக் கொண்டு அப்படி வாழ வேண்டும் என்றுதான் பலரும் ஆசைப்படுகின்றனர்.

ஆசைப்பட வேண்டும்.

அப்படித்தான் வாழ வேண்டும்.

நட்பு அவசியம்.

அதைவிட அவசியம் நல்ல நட்பு.

4

நட்பு சூத்திரங்கள்

நட்பு என்பது வசீகரமான ஆளுமை.

நண்பர்களை மிக எளிதாகக் கவர்ந்திழுக்கின்ற நபர்களையும் அல்லது தனக்கு அறிமுகமாகி பரிச்சயமாகிற நபர்களைத் தனது நண்பர்களாக்கிக் கொள்ளுகிற நபர்களையும் நாம் பார்த்திருப்போம்.

இவர்களைப் பற்றி நாம் கூறும் போது 'அவர் பிறரை தன்பால் கவர்ந்து ஈர்க்கும் ஆளுமை கொண்டவராய் இருக்கிறார்' என்று கூறுவோம்.

பிறரை உங்கள் நண்பராக்கிக் கொள்ள நீங்கள் அவர்களைக் கட்டாயப் படுத்த முடியாது.

அப்படி என்றால் பிறரை எப்படி உங்கள் வசப்படுத்த முடியும்?

உறவு பாராட்ட விரும்புபவர்கள் மற்றவர்களைத் தங்கள்பால் ஈர்க்க பிரத்யேகமான, வலுவான, கடினமான சூத்திரங்கள் ஏதுமில்லை.

மிக எளிய, அன்றாட வாழ்வின் நடைமுறைப் பண்புகள் மூன்று இதற்கு முக்கியமானவை.

நட்பு என்று கூறுகின்றபோது இம்மூன்று குணாதிசயங் களையும் வேண்டுமானால் சூத்திரமாகக் கொள்ளலாம்.

நட்பு என்றும் எப்போதும் தானாக அமைந்து விடுகின்ற உறவு அல்ல, ஏதேச்சையாக நிகழ்கின்றதல்ல நட்பு என்னும் உறவு.

நாம்தான் நமது நண்பர்களைத் தேர்ந்தெடுக்கிறோம், அல்லது நமக்கு நண்பர்களாய் அமைந்தவர்கள் நம்மைத் தேர்ந்தெடுக்கிறார் கள்.

ஓர் இனிமையான, அருமையான அக்கறையான நபர் ஒருவரை நீங்கள் சந்திக்கிறீர்கள்.

உண்மையில் நீங்கள் சந்தித்த நபர்களில் இவர் தனித்தன்மையானவர்.

ஆனால் ஏனோ அவருடன் உங்களால் நட்பு பாராட்ட முடியவில்லை.

அவர் நல்லவராக இருந்தும் அவருடன் உறவு பாராட்டுவதை நீங்கள் அசௌகரியமாக உணர்கிறீர்கள்.

அந்த நல்ல நபரிடம் இருந்து வெளிப்படுகின்ற நல்லன அனைத்தும் உங்களிடம் குற்ற உணர்வையோ, தாழ்வு மனப்பான்மையையோ ஏற்படுத்துவதாக அமைகிறது.

இதன் காரணமாக அவர் அத்துணை நல்லவராக, இனியவராக இருந்தும் அவரை நீங்கள் தவிர்த்துவிடுகிறீர்கள். அவருடன் நட்பு பாராட்ட நீங்கள் விரும்புவதில்லை.

ஏன்?

தடை அந்த நல்ல நபரிடமா? அல்லது உங்களிடமா?

நாம் பார்க்கப் போகிற மூன்று விஷயங்களை நீங்கள் கைக்கொண்டால் எண்ணற்ற நபர்களை நீங்கள் உங்களை நோக்கி ஈர்த்துக் கொள்வீர்கள்.

இது உறுதி.

1. ஏற்றுக்கொள்ளுதல்.

இந்தத் தலைப்பைப் பார்த்ததுமே ஓர் அலட்சியம் ஏற்படுகிறதா?

தவறே இல்லை.

மிகச் சின்ன விஷயம்தான்.

ஆனாலும் சிறப்பானது.

ஏற்றுக்கொள்ளுதல் என்னும் இந்தப் பண்பு உறவுக்கு ஊட்டச் சத்து போன்றது.

நான் எப்படி இருக்கிறேனோ அப்படியே என்னை ஏற்றுக்கொள்ளுகிற ஒரு நபர் இருக்க மாட்டாரா?

இதுதான் பல நேரங்களில் நமது தேடலாக அமைகிறது.

உள்ளது உள்ளபடி பிறர் நம்மை ஏற்றுக் கொள்ள வேண்டும்.

நாம் நாமாக இருக்க அனுமதிக்கின்ற, அதை மனமுவந்து ஏற்றுக்கொள்ளுகின்ற ஒரு நபரை நாம் விரும்புகிறோம்.

எந்தத் தேவையும் இன்றி, எந்தத் தயக்கமும் இன்றி, நாம் இயல்பாக இருப்பதற்கு அனுமதிக்கின்ற ஒருவரை நாம் விரும்புகிறோம்.

எப்போதும் இயல்பானவராகவே இருப்பதற்கான துணிச்சல், நாம் நாமாகவே இருப்பதற்கான துணிச்சல் எல்லாருக்கும் இருப்பதில்லை. மிகச் சிலருக்கே இந்தத் துணிச்சல் வரும். முதலில் இந்தத் துணிச்சல் உங்களுக்கு இருக்கிறதா என்பதை சற்றே யோசியுங்கள்.

ஆனால், உள்ளது உள்ளபடியே நம்மை ஏற்றுக்கொள்வார் என்று நாம் உறுதியாக அறிந்துள்ள, எவ்வித அச்சமுமின்றி இயல்பாக இருப்பதற்கு நம்மை அனுமதிக்கின்ற ஒருவரைப் பெற்றிருக்க நாம் மிகவும் விரும்புகிறோம்.

பிறரை விமர்சிக்கின்ற, குறை கண்டுபிடிக்கும் எண்ணம் கொண்ட, அடுத்தவர் ஏதேனும் தவறு செய்தால் அவர்களுக்கான ஒரு தீர்ப்பை அல்லது பரிகாரத்தைப் பரிந்துரைக்கும் ஒரு நபரை எவரும் ஏற்றுக்கொள்ள முன்வர மாட்டார்கள்.

பிறர் எப்படி நடந்து கொண்டால் என்ன? நீ இப்படித்தான் நடந்துகொள்ள வேண்டும் என்று எவரையும் உங்கள்

விதிமுறைக்குள் கொண்டு வராதீர்கள். தான் தானாக இருப்பதற்கான உரிமையை மற்றவர்களுக்குக் கொடுங்கள்.

நீங்கள் செய்வதைத்தான் அவரும் செய்ய வேண்டும் என்றோ, நீங்கள் விரும்புவதைத்தான் அவரும் விரும்ப வேண்டும் என்றோ அவரை நீங்கள் நிர்ப்பந்திக்காதீர்கள். அவர் உங்கள் முன்பாக இறுக்கமாக இல்லாமல் ஓய்வாக, தளர்வாக, ஆசுவாசமாக இருக்க அனுமதியுங்கள்.

இன்னொருவரை மாற்றுவதற்கான கட்டுப்படுத்தும் சக்தி எவருக்கும் இல்லை. ஆனால் அடுத்தவரை உள்ளது உள்ளபடி ஏற்றுக் கொள்வதன் மூலம், அவரை விரும்புவதன் மூலம், அவர் தானாக மாறுவதற்கான விருப்பத்தையும் சக்தியையும் நீங்கள் அவருக்குக் கொடுக்கிறீர்கள்.

தலைவர்களாக இருக்கும் பலர் மற்றவர்கள் மீது நேர்மறை யான தாக்கத்தை ஏற்படுத்தக் கூடிய திறன் படைத்தவர்களாய் இருந்தும் அடுத்தவர் மீது எவ்விதத் தாக்கத்தையும் ஏற்படுத்த இயலாமற் போவதற்குக் காரணம், மற்றவர்களை உள்ளது உள்ளபடி ஏற்றுக்கொள்ள முடியாமற்போவதுதான்.

தங்களின் ஒப்புதல் கிடைக்க வேண்டும் அல்லது தங்களால் அடுத்தவர் ஏற்றுக் கொள்ளப்பட வேண்டும் என்றால், அவர்கள் தங்கள் வழியிலிருந்து மாறியாக வேண்டும் என்ற எண்ணத்தை இந்த நல்ல மனிதர்கள் அடுத்தவர்களின் மனதில் விதைக்கின்றனர்.

எனவே நீ இதைச் செய்தால் அல்லது என் விருப்பத்திற்கு ஏற்றவாறு உனது போக்கை நீ மாற்றிக் கொண்டால் நான் உன்னை ஏற்றுக் கொள்வேன் என்று எவரிடமும் பேரம் பேசாதீர்கள்.

இப்படி நீங்கள் நடந்து கொண்டால் பிறரை உங்கள் நட்பு வளையத்திற்குள் கொண்டுவரும் முயற்சியில் நீங்கள் மூன்றில் ஒரு பங்கு வெற்றி பெற்று விட்டவர் ஆவீர்கள்.

2. அங்கீகரித்தல்

ஏற்றுக்கொள்ளுதல் என்ற முதல் சூத்திரத்தைவிட இது ஒருபடி மேலானது. ஏற்றுக்கொள்ளுதல் என்பது பெரும்பாலும் அடுத்தவரை அவரின் நிறைகுறைகளோடு ஏற்றுக் கொண்டு நமது நட்பை அவர்களுக்குக் கொடுக்கிறோம்.

இதில் ஓர் எதிர்மறைத் தாக்கம் இருக்கிறது என்பதை நம்மால் உணர முடிகிறதல்லவா?

ஆனால் அங்கீகாரம் என்பது நேர்மறையான விஷயம். இது அடுத்தவரின் குறைகளைப் பொறுத்துக் கொள்வதையும் தாண்டி, அவரிடம் நாம் விரும்புகின்ற ஏதோ ஒரு நேர்மறையான விஷயத்தைக் கண்டுபிடிப்பதாகும்.

மற்றவர்களிடம் நாம் அங்கீகரிக்கக் கூடிய ஏதோ ஒரு விஷயத்தைக் கண்டுபிடிக்க முடியும். நாம் ஒரு நேர்மறையான ஆளுமையைக் கொண்டவராக இருந்தால், நம்மால் அங்கீகரிக்க முடிகிற விஷயங்களைத் தேடுவோம்.

மற்றவர்களிடம் நீங்கள் அங்கீகரிக்கக் கூடிய ஏதேனும் ஒரு விஷயத்தைத் தேடுங்கள் அது சிறியதாகவோ, அல்லது முக்கியத்துவம் அற்றதாகவோகூட இருக்கலாம்.

ஆனாலும் இதில் முக்கியமானது என்னவெனில் மற்றவர் களின் பண்பு நலன்களோ, செயல்களோ, திறன்களோ எதுவானா லும் அவற்றின் முக்கியத்துவம் கருதாமலேயே அவற்றை அங்கீகரிக்கிறீர்கள் என்பதை அந்த நபருக்குத் தெரிவியுங்கள்.

அப்படி நீங்கள் செய்வதால் அவரிடம் நீங்கள் அங்கீகரிக்கக் கூடிய மேலும் பல விஷயங்கள் அவருக்குள் வளரத்துவங்கும்.

ஒருவர் உங்களுடைய உண்மையான அங்கீகாரத்தை ஒரு முறை ஏற்றுக்கொண்டு ஆனந்தம் அடைவாரெனில், அடுத்தடுத்து மற்ற பல விஷயங்களிலும் உங்களது அங்கீகாரத்தைப் பெற்றுக் கொள்வதற்காக அவர் தனது நடத்தையையும் ஏன் வாழ்க்கை முறையையுமே நல்லவிதமாக மாற்றிக் கொள்ளத் துவங்குவார்.

3. பாராட்டுதல்

பாராட்டுதல் ஒரு வெறும் சொல் அல்ல. அர்த்தம் பொதிந்த சொல்.

பாராட்டுதல் என்றால் பிறரின் மதிப்பை உயர்த்துதல் என்பது பொருள்;

பொதுவாக நமது மதிப்பை யார் அதிகரிக்கச் செய்கிறார் களோ அத்தகையவர்களையே நாம் எப்போதும் நாடுகிறோம். விரும்புகிறோம்.

நமது மதிப்பைக் குறைக்கச் செய்பவர்களை நாம் தவிர்த்து விடுகிறோம். காரணம் இவர்கள் பாராட்டும் மனம் இல்லாதவர் கள்.

நீங்கள் ஒருவரைப் பாராட்டும்போது உண்மையிலேயே

நீங்கள் அவரை அதிக மதிப்பு வாய்ந்தவராகவும் அதிக அளவில் வெற்றிகரமானவராகவும் ஆக்குகிறீர்கள்.

குடும்பத்தில் உங்கள் பெற்றோர், உடன் பிறப்புகள், மனைவி, .கணவன், குழந்தைகள் போன்றவர்களும் சமூகத்தில் முதலாளி, ஊழியர், நண்பர். போன்றவர்களும் உங்களுக்கு எவ்வளவு மதிப்பு வாய்ந்தவர்கள் என்பதையும் சற்றே யோசித்துப் பாருங்கள்.

அவர்களுடைய மதிப்பு என்ன என்பதைக் கண்டறிந்து உங்கள் மனதில் அதை வலியுறுத்துங்கள்.

இதன் வெளி அடையாளம் என்னவெனில் நீங்கள் அவர்களை உயர்வாக மதிப்பதை சிறு சிறு வழிகளில் அவர்களுக் குத் தெரியப்படுத்துங்கள்.

ஏனெனில் மனிதர்கள்தான் உலகிலேயே மிகவும் முக்கியமான வர்கள், மிகவும் மதிப்பு வாய்ந்தவர்கள் என்பதை எப்போதும் நினைவில் வைத்திருங்கள்.

மனிதர்களைப் பாராட்டுவதற்கும் மெச்சுவதற்கும் பற்பல வழிகள் உண்டு. பாராட்டும் சில வழிகளை இங்கு காண்போம்.

1. உங்களால் முடிந்தால், பிறரை எங்கும், எப்போதும், எதற்காகவும் காக்க வைக்காமல் இருங்கள். உடனடியாக அவர்களை அணுகுங்கள்.

2. உங்களைப் பார்ப்பதற்காக எவரேனும் வந்திருந்து, அவரை உடனடியாக உங்களால் சந்திக்க இயலவில்லை எனில் அவர் வருகையை நீங்கள் அறிந்து கொண்டதாகவும் விரைவாக அவரை நீங்கள் பார்ப்பதாகவும் தெரிவியுங்கள்.

3. சிறிய விஷயமாக இருந்தால்கூட உடனுக்குடன் உரியவர்களிடத்தில் நன்றி தெரிவியுங்கள்.

4. உங்கள் தொடர்பில் இருக்கும் ஒவ்வொருவரும் தனிச்சிறப்பு வாய்ந்தவர் என்று கருதி உரிய மதிப்புடன் நடத்துங்கள்.

5. நீங்கள் முன்னிலைப்படுத்தும் குறிப்பிட்ட நபரிடம் பேசும் போதோ தொடர்பு கொண்டு உரையாடும் போதோ உரிய மரியாதையுடன் அவர்களைப் பெயர் சொல்லி விளியுங்கள்.

இவ்விஷயத்தில் நீங்கள் யோசித்தால் இது போன்று இன்னும் பல வழிகளை உங்களால் கண்டுபிடிக்க முடியும்.

வசீகரமான ஆளுமை உடைய நபரை நீங்கள் ஆய்வு செய்தால், மேற்கண்ட ஏற்றுக்கொள்ளுதல், அங்கீகரித்தல், பாராட்டுதல் ஆகிய மூன்று அடிப்படைத் தன்மைகளும் இருப்பதைக் கண்டுகொள்வீர்கள்.

அதே இந்த மூன்று அடிப்படைத் தன்மைகளையும் நீங்கள் வெளிப்படுத்தினால் மக்கள் உங்களிடம் கவர்ந்திழுக்கப்படுவார்கள். .உங்களின் நண்பர்கள் உலகம் விரிவாவது உறுதி.

5

நட்பே ஒரு கொண்டாட்டம்

ஆண்டுதோறும் ஆகஸ்ட் மாதம் முதல் ஞாயிற்றுக் கிழமை நட்பு தினமாகக் கொண்டாடப்பட்டு வருகிறது.

1935ஆம் ஆண்டு நட்பு தினம் பற்றிய தீர்மானம் முதன் முதலாக அமெரிக்க நாடாளுமன்றத்தில் நிறைவேற்றப்பட்டது.

ஆண்டுதோறும் ஆகஸ்ட் மாதம் முதல் ஞாயிற்றுக் கிழமையை விடுமுறையாக அறிவித்து, அன்றைய நாள் 'நட்பு தின'மாகக் கொண்டாடப்பட வேண்டும் என்று அறிவிக்கப்பட்டது.

அந்த ஆண்டு முதல் ஆண்டுதோறும் நட்பு தினம் தவறாமல் கொண்டாடப்பட்டு வருகிறது.

அமெரிக்காவைத் தொடர்ந்து மேலை நாடுகள் ஒவ்வொன்றாக இதனைக் கொண்டாடத் துவங்கின.

தற்போது மேலும் பரவி உலகம் முழுவதும் கொண்டாடப் பட்டு வருகிறது.

தற்போது இந்த நட்பு தினம் பலவகையாகப் பிரிக்கப்பட்டு விட்டது.

அதாவது ஆகஸ்ட் முதல் ஞாயிறு அன்று கொண்டாடப் படுவது 'தேசிய நட்பு தினம்.'

ஆகஸ்ட் மாதம் மூன்றாவது ஞாயிறு அன்று கொண்டாடப் படுவது 'மகளிர் நட்பு தினம்.'

'பழைய மற்றும் புதிய நண்பர்களுக்கான நட்பு தினம்' மே மாதத்தின் மூன்றாவது வாரத்தில் அனுசரிக்கப்படுகிறது.

உலகிலேயே உன்னதமானது என்றால் அதில் நட்புக்குத்தான் முதலிடம் கிடைக்கும்.

அப்படிப்பட்ட நட்பிற்கு உரிய அங்கீகாரம் அளிக்கும் விதமாக உலகளவில் நட்பு தினம் அனுசரிக்கப்படுவது மகிழ்ச்சியான ஒன்று.

நட்பு தினம் என்பது மனித உணர்வுடன் சம்பந்தப்பட்ட ஒரு தினமாகவே அமைகிறது.

நட்பு பன்முகம் கொண்டது.

இருவருக்கு இடையே ஏற்படுகிறது.

பலருக்கு இடையே ஏற்படுகிறது.

இரு குழுக்களுக்கு இடையே ஏற்படுகிறது.

பல குழுக்களுக்கு இடையே ஏற்படுகிறது.

இரு சமூகத்திற்கு இடையே ஏற்படுகிறது.

பல சமூகங்களுக்கு இடையே ஏற்படுகிறது.

இரு நாடுகளுக்கு இடையே ஏற்படுகிறது.

பல நாடுகளுக்கு இடையே ஏற்படுகிறது.

ஆணுக்கும் ஆணுக்கும் இடையே ஏற்படுகிறது.

ஆணுக்கும் பெண்ணுக்கும் இடையே ஏற்படுகிறது.

பெண்ணுக்கும் பெண்ணுக்கும் இடையே ஏற்படுகிறது.

மனிதனுக்கும் விலங்குக்கும் இடையே ஏற்படுகிறது.

மனிதர்கள் ஒவ்வொருவரும் ஏதோ ஒருவிதத்தில் இன்னொருவரைச் சார்ந்து இருக்க வேண்டிய அவசியம் உள்ளது.

அந்த இன்னொருவர் நம்பிக்கையானவராக இருக்க வேண்டியது இன்னும் அவசியமாக இருக்கிறது.

ஒருவரது சிந்தனை, குணநலன், பண்பு உள்ளிட்டவைகளை இன்னும் அதிகமாக மேம்படுத்துவதற்கு ஒரு துணை கட்டாயம் தேவைப்படுகிறது.

அந்தத் துணை நட்பு வட்டாரத்தில் இருந்தே கிடைக்கப் பெறுகிறது.

அந்த ஆலோசகர் நம்பகமானவராகவும் உண்மையான வராகவும் இருக்க வேண்டியது அவசியமாகிறது.

மனைவி, குழந்தைகள், உறவினர்கள் என்றிருந்தாலும் துக்கத்திலும், மகிழ்ச்சியிலும் பங்கு கொள்வதற்கு முக்கியப் பங்கு வகிக்கும் மற்றொரு ஜீவன் நிச்சயம் நண்பனாகத்தான் இருக்க முடியும்.

பெற்றோருக்கு இணையான உண்மையான பாசத்தையும், நேசத்தையும் இத்தகைய நட்பின் மூலம் பெற முடிகிறது.

அன்னையிடம் சில அந்தரங்க விஷயங்களை ஆலோசனை கேட்க முடியாது.

தந்தையிடமும் அப்படித்தான்.

மனைவியிடமும் சில விஷயங்களை ஆலோசனை கேட்பது என்பது இயலாத ஒன்று.

ஆனால் அனைத்து விஷயங்களைப் பற்றியும் தைரியமாக ஆலோசனை கேட்க முடியும் என்றால் அது நண்பனிடம் மட்டும் தான்.

உண்மையான நட்பின் முன்பாக நமது உள்ளத்து உணர்வுகளைப் பகிர்ந்து கொள்கிறபோது ஏற்படும் மனஅமைதிக்கு ஈடிணை எதுவுமே கிடையாது.

ஆக மனஅழுத்தம் ஏற்படாமல் இருப்பதற்கு நல்ல நட்பு துணையாக நிற்கிறது.

உண்மையான நண்பன் சில முக்கியமான கட்டத்தில் வழங்கும் ஆலோசனை விலைமதிப்பற்றதாக அமைந்துவிடும்.

அது உங்களால் அவிழ்க்கவே முடியாமல் இருந்த மனக்

கவலை முடிச்சுகளை மிக எளிதாக அவிழ்த்து வைத்து உங்கள் மனதைக் காற்றை விடவும் இலேசாக்கி ஆகாயத்தில் மிதக்கவிடும்.

நட்பு என்பது மதம் சார்ந்து பிறப்பதில்லை.

நட்பு என்பது மொழி சார்ந்து இருப்பதில்லை.

நட்பு என்பது ஆண், பெண் என்று இனம் சார்ந்து உருவாவதில்லை.

நட்பு என்பது நிறம் சார்ந்து ஏற்படுவதில்லை.

அதற்குத் தெரிந்தது எல்லாம் அன்பு, அன்பு, அன்பு.

இந்த அன்பின் பிணைப்பு சுயநலமற்ற பல்வேறு உதவிகளைத் தாராளமாக உதவ உந்துகிறது.

தலை நரைத்து, வழுக்கை விழுந்து, பற்கள் காணாமல் போய், சொற்கள் தடுமாறிய நிலையில் இருக்கும் முதியோர்கள்கூட நட்பு தினத்தை உற்சாகமாகத் தங்கள் இனிய நண்பர்களோடு கொண்டாடி மகிழ்வது பரவசத்தைத் தருகிறது.

தங்களின் பழைய நினைவுகளை நண்பர்களோடு சேர்ந்து உரையாடி மகிழும் அந்த உன்னதத்திற்கு எல்லையே கிடையாது.

எதிர்வீட்டுத் தோட்டத்தில் மாங்காய் திருடித் தின்றதை அவர்கள் நேற்று நடந்த நிகழ்வைப்போலப் பேசி மகிழ்வது கண்கொள்ளாக் காட்சி.

ஒருவரையொருவர் உணர்ச்சிவசப்பட்டுக் கட்டித் தழுவி சந்தோஷத்தை வெளிப்படுத்தும் அந்தத் தருணம் தித்திப்பானது.

நண்பரை நேரடியாகச் சந்திக்க முடியாமல் தொலைதூரத்தில் இருந்தாலும் செல்பேசி வழியாகத் துரத்திப் பிடித்து நட்பைப் பரிமாறிக் கொள்வது அற்புதமானது.

துன்பங்களும், துயரங்களும், கஷ்டங்களும் சூழ்ந்து ஆட்டம் போடுகிறபோது முதலில் மனிதனைத் தாண்டி கடவுளிடம்தான் பிரார்த்திக்கிறோம்.

அதற்கு அடுத்தபடியாக நினைப்பது நண்பனைத்தான்.

உதவியைத் தயங்காமல் நண்பர்களிடம்தான் கேட்க முடிகிறது.

அவர்களும் தங்கள் தலையை அடகு வைத்தாவது உதவியை அள்ளி வழங்குகிறார்கள்.

பரஸ்பரம் அன்பு, பாசம் போன்றவற்றை மட்டுமே பரிமாறிக் கொண்டிருக்காமல் துன்பத்தையும் பகிர்ந்து கொள்ளும் திறன் கொண்டது நட்பு.

காலத்தால் அழிக்க முடியாதது நட்பு.

'எனக்கு நண்பர்கள் என்று யாருமே கிடையாது' என்று இந்த உலகில் ஜனித்துவிட்ட எந்த உயிராவது கூற முடியுமா?

பிறந்த உயிர்கள் ஒவ்வொன்றுக்கும் ஏதோ ஒரு வகையில் ஒரு நண்பன் இருக்கத்தான் செய்வான்.

இது காலத்தின் கட்டாயம்.

செயற்கரிய யாவுள நட்பின் அதுபோல்
வினைக்கரிய யாவுள காப்பு

நட்பைப் பற்றித் திருக்குறள் இவ்வாறு சொல்கிறது.

சம்பாதிப்பதற்கு நட்பைப் போல அரிய பொருள் வேறு எதுவும் இல்லை.

அதைச் சம்பாதித்து விட்டால் பிறர் புக முடியாதபடி நம்மைக் காப்பதற்கு அரிய பொருள் அதுவாகவே இருக்கும்.

இதுதான் இக்குறளின் பொருள்.

நட்பைப் பற்றி இன்னும் நிறையவே ஐயன் திருவள்ளுவர் கூறியுள்ளார்.

நல்ல நட்பானது தொடக்கத்திலேயே எந்தவிதமான எதிர் பார்ப்பும் இல்லாமல் விரிந்து பரந்த மனத்தோடு, சற்றும் கஞ்சத் தனம் இல்லாமல், கருமித்தனம் இல்லாமல் இருக்கும்.

எந்தவொரு உதவியும் அவன் தாராளமாகச் செய்வான். அது நிச்சயமாகப் பிரதிபலன் பாராததாக இருக்கும்.

நல்ல நட்பு தனது தரத்தை முக்கியமாகக் கொண்டதாகவே அமையும்.

அந்த நட்பில் சுத்தமான ஆன்மா இருக்கும்.

நல்ல பண்பு மிளிர்ந்து காணப்படும்.

நன்னடத்தை மட்டுமே சிலாகித்து நிற்கும்.

ஒழுக்கம் ஒப்பற்றதாக விளங்கும்.

சிந்தனை தூய்மையானதாக இருக்கும்.

அனைத்திலும் ஒரு வெளிப்படைத் தன்மை இருக்கும். உள்ளொன்று வைத்துப் புறம் ஒன்று பேசும் கள்ளத்தனம் நிச்சயம் இருக்காது.

ஆளுமைப் பண்புகள் இதர மனிதர்களால் மாசுபடுவதை அது இம்மியளவும் அனுமதிக்க மறுத்துவிடுகிறது.

கெட்ட நட்பு இதற்கு நேர் மாறானது.

அது ஏதோ ஒன்றை எதிர்பார்த்தே நெருக்கமான பழக்கத்தை ஊக்குவிக்கிறது.

நட்பை முகமூடியாக வைத்துக் கொண்டு தீயசெயல்களைத் துணிந்து செய்கிறது.

அச்செயலுக்குத் துணை நிற்கும்படி வற்புறுத்தவும் செய்கிறது.

துணை நிற்காமல் போகும் பட்சத்தில் நட்புக்குத் துரோகம் இழைத்ததாக வசைபாடுகிறது.

ஆக நட்பு என்பது ஒரு நாணயத்தின் இரு பக்கங்களைப் போல அமைகிறது.

பார்ப்பதற்கு நாணயம்தான்.

ஆனால் ஒரு பக்கத்தில் பூவும், மறுபக்கத்தில் தலையுமாக இருக்கிறது அல்லவா?

அப்படித்தான் நட்பும்.

ஒரு பக்கம் நல்ல நட்பு.

மற்றொரு புறம் தீய நட்பு.

மனித வாழ்வில் நட்பு விசித்திரமானதாகவே அமைகிறது.

இப்படியொரு நட்பு நிச்சயம் விந்தையாகவும் பார்க்கப் படுகிறது.

ஒரு மனிதனின் வாழ்வில் பெரும் திருப்பங்கள் ஏற்படுவதற்கு நட்பு முக்கியக் காரணமாக இருக்கிறது.

நட்பினால் பாதிப்புகளும் ஏற்படத்தான் செய்கிறது.

பெற்றோர்களின் அன்பு, உற்றார் உறவினர்களின் பாசம் சாதிக்க முடியாதவற்றை நல்ல நட்பு சாதித்துக் காட்டுகிறது.

தங்களது மகன் அவனுக்குரிய நல்ல நண்பனைத் தேர்ந்தெடுப் பதில் பெற்றோர்களின் ஆலோசனையும், முயற்சியும், ஒத்துழைப்பும்,

வழிகாட்டுதலும், கண்டிப்பும், அறிவுரையும் அவசியம் தேவைப்படுகிறது.

தங்களது மகன் தவறான வழித்தடத்தில் பயணிக்கும்போது அதனைத் தடுத்து நிறுத்தும் சக்தி பெற்றோரைக் காட்டிலும் நண்பனுக்கே அதிகமாக இருக்கிறது..

எத்தனையோ குடும்பங்களில் நண்பர்கள் மூலமாகத் தங்கள் மகனை நல்வழிக்குக் கொண்டுவருவதற்கான அனைத்து முயற்சிகளிலும் பெற்றோர் ஈடுபடுவது உண்டு.

'தோளுக்கு மேல் வளர்ந்தால் தோழன்' என்பார்கள். அப்போதும் தனது மகனை சிறு குழந்தையைப்போல நடத்துவது தவறு.

ஆனால் பெரும்பாலான பெற்றோர் இந்தத் தவற்றைத்தான் செய்கிறார்கள்.

எனவே பெற்றோருக்கும், பிள்ளைக்கும் இடையேயான உறவில் ஒரு கீறல் விழுகிறது.

தனது மகனுக்கு அறிவுரை வழங்கக்கூட முடியாத சூழல் இதனால் ஏற்பட்டுவிடுகிறது.

அப்போது மகனின் தோழர்களை நாட வேண்டிய கட்டாயம் பெற்றோருக்கு ஏற்படுகிறது.

நண்பர்கள் அறிவுரை சொன்னால் யாரும் அதனைக் கேட்காமல் வீசி எறிவது கிடையாது.

ஒரு தந்தையால், ஒரு தாயால், ஒரு குருவால், ஒரு பெரியவரால், ஒரு மகானால் அறிவுரை வழங்கி நல்வழிப்படுத்த முடியாத ஒருவனை, நண்பன் அறிவுரை வழங்கி மாற்றி விடுவான்.

இது யதார்த்தம்.

இது உண்மை.

இது சத்தியம்.

தனது இன்பத்திலும், துன்பத்திலும் முக்கியமான பங்கை நண்பனுக்கு வழங்குகிறான் ஒருவன்.

தனது நலனில் உண்மையான அக்கறையும், ஆர்வமும் நண்பன் ஒருவனுக்கே இருப்பதாக பரிபூர்ணமாக நம்புவதால்தான் இப்படி நண்பனை முழுமையாகச் சார்ந்து இருக்கிறான்.

ஓர் ஆபத்து என்றால் உயிரைக் கொடுக்கவும் தயாராக முன் வந்து நிற்பவன் நண்பனாக மட்டுமே இருக்க முடியும் என்று அழுத்தமாக நம்புகிறான்.

அதனால்தான் நண்பன் எதைக் கூறினாலும் அதனை சந்தோஷமாக ஏற்றுக் கொள்கிறான்.

"நான் என்ன சொன்னாலும் கேட்பியா, மாட்டியா?"

"இந்த பில்டிங்கின் உச்சியில் இருந்து குதிக்கச் சொன்னாக் கூடக் குதிப்பேன்"

இப்படித்தான் நண்பனோடு ஐக்கியமாகி விடுகிறான்.

நண்பனோடு நட்பு வட்டம் இறுகிக் கொண்டே போகிற போது, பெற்றோருடனும், உடன்பிறந்தவர்களுடனும், உறவினர் களுடனும் நெருங்கிப் பழகுவதைக் கொஞ்சம் கொஞ்சமாக தவிர்க்க ஆரம்பித்து விடுகிறான்.

உண்மையான நட்பு தீவிரமாகும்போது நண்பர்கள் இருவரும் பழக்க வழக்கத்தில், நடைஉடை பாவனையில் ஒரே மாதிரியாகி விடுகிறார்கள்.

ஒரே அச்சில் வார்க்கப்பட்ட பொருளைப்போல ஒரே மாதிரியாக மாறிவிடுகிறார்கள்.

கார்பன் காப்பி போலக் காணப்படுகிறார்கள்.

ஜெராக்ஸ் காப்பியைப் போல ஒரே மாதிரியாகிறார்கள்.

நட்பு என்பது பிரகாசமானது.

சூரியனைப்போல வெளிச்ச வெள்ளத்தைப் பாய்ச்சுகிறது நட்பு.

கடலைப் போன்று ஆழமிக்கது. கடலின் அலை எப்படி ஓய்வதில்லையோ அப்படித்தான் நட்பும் ஓய்வதே இல்லை.

அக்னியைப் போல உஷ்ணம் அதிகமாக இருப்பதால் மாசுக்கள் எதுவும் அதனருகில்கூட அண்ட முடிவதில்லை.

நட்பு என்பது காற்றைப்போல வீசிக் கொண்டே இருக்கிறது. காற்று எப்படி சுவாசத்திற்கு முக்கியமானதாக இருக்கிறதோ அப்படித்தான் நட்பும்.

அது தென்றலாகவும் வீசும். தவறுகள் நடக்கிறபோது புயலாகவும் உருவெடுக்கும்.

இப்படி நட்பு என்பது மனித வாழ்க்கையில் இன்றியமை யாததாக இருக்கிறது.

வாழ்வின் ஒவ்வொரு அணுவிலும் அழுத்தமாகப் பதிந்து கிடக்கிறது நட்பு.

மனித வாழ்வின் உன்னதம் நட்பு.

மனித வாழ்வின் மகத்துவம் நட்பு.

மனித வாழ்வின் பொக்கிஷம் நட்பு.

மனித வாழ்வின் மகோன்னதம் நட்பு.

மனித வாழ்வின் மொத்தம் நட்புதான்.

எப்படி தாய், தந்தை இல்லாமல் ஒரு குழந்தை பிறக்க முடியாதோ, அப்படித்தான் நண்பன் இல்லாமல் ஒருவனால் வாழவே முடியாது.

அப்படிப்பட்ட நட்புக்கு ஒரு தினம் கொண்டாடப்படுகிறது என்பது அந்த நாளுக்குத்தான் பெருமை.

நட்பு தினம் என்பது உலக மக்கள் ஒவ்வொருவராலும் சிறப்பாகக் கொண்டாடப்பட வேண்டும்.

தீபாவளி, கிறிஸ்துமஸ், ரம்ஜான், தமிழர் திருநாள் என்று பண்டிகைகளை நாம் எப்படி உற்சாகமாகக் கொண்டாடு கிறோமோ அதேபோல நட்பு தினத்தை அனைவரும் உற்சாகமாகக் கொண்டாட வேண்டும்.

6

நட்பை நட்டு வைத்தவர்கள்

அறிஞர் பெருமக்கள் நட்புக்குக் கொடுத்துள்ள முக்கியத்துவம் நிச்சயமாக நாம் அறிந்து கொள்ள வேண்டிய, தெரிந்து கொள்ள வேண்டிய ஒன்று.

'பனை மரம் தானாக முளைத்து தனக்குக் கிடைத்த நீரைக் குடித்து தன் உடம்பையும், ஓலை மற்றும் நுங்கையும் உலகிற்குத் தருகிறது. நம்மிடம் எந்த உதவியும் கேட்காமல் உதவுகிறது பனை மரம்.

உதவி செய்யாமலேயே உதவுபவன் பனை மரத்தைப் போன்றவன்.

தென்னை மரத்திற்குத் தண்ணீர் ஊற்றி வளர்த்தால் நல்ல பலன் தருகிறது.

சிறிது உதவியைப் பெற்று உதவுபவன் தென்னை மரத்தைப் போன்றவன்.

வாழை மரம் தினமும் தண்ணீர் ஊற்றிக் கொண்டே இருந்தால் மட்டுமே பலனைத் தரும்.

தினமும் தண்ணீர் ஊற்றிக் கொண்டே இருந்தால் மட்டுமே பலன் தருபவன் வாழை மரத்தைப் போன்றவன்.

ஆக இந்த மூன்றில் பனை மரத்தைப் போன்றவனே நல்ல நண்பன்'

- கவிஞர் கண்ணதாசன்

ஒரு நண்பனைப் பெறுவதற்கு ஒரே வழி, நீயும் நல்ல நண்பனாக இருப்பதுதான்.

- எமர்சன்

புது நண்பர்களைப் பெற முடியாதவன், வாழும் கலையை மறந்தவன் ஆவான்.

பரிசுகள் கொடுத்து நண்பர்களைச் சேர்க்காதே. நீ கொடுப்பது நின்றால் அவர்கள் அன்பு செலுத்தாமல் நின்று விடுவர்.

- புல்லர்

நல்ல மனிதர்களோடு நட்பு வைத்துக் கொண்டால் நல்ல மனிதர்களின் சாயலை அடைவாய்.

- வில்லியம் ஜேம்ஸ்

நட்பு மகிழ்ச்சியை இரட்டிப்பாக்குகிறது. துயரத்தைப் பாதி யாக்குகிறது.

- ஃபிரான்சிஸ் பேகன்

நல்ல நட்பை இழப்பதைவிட, கொஞ்சம் பணத்தை இழப்பது மேலானது.

- அண்ணல் காந்தியடிகள்

உன்னோடு சிரித்து மகிழ்பவர்கள் அனைவரும் உன் நண்பர்கள் அல்லர்.

- தாமஸ் ஏ. பெக்கட்

பொறாமைக்காரன் நண்பனை இழக்கிறான். கோபக்காரன் தன்னையே இழக்கிறான்.

- பீட்டர் வெல்ஸ்

வளமான காலத்தில் நண்பர்கள் நம்மைத் தெரிந்து

கொள்வார். வறுமைக் காலத்தில் நாம் நண்பர்களைத் தெரிந்து கொள்கிறோம்.

- இங்கர்சால்

நிலையான புத்தி இல்லாதவனையும், போலியானவனையும், நன்றி மறப்பவனையும் நண்பனாக்கிக் கொள்ளாதே.

- ஜெசி

இரண்டு பேரில் ஒருவருடைய சிறு தவறை மற்றவரால் மன்னிக்க முடியாவிட்டால், அவர்களுடைய நட்பு நீடித்திருக்கவே முடியாது.

- புலுவர்

ஒரு நல்ல நூலைப் போலச் சிறந்த நண்பனும், நெருக்கமான உறவினனும் எனக்கு வேறு இல்லை.

- அறிஞர் அண்ணா

உன்னை விட உயர்வான ஒரு மனிதரைத் தவிர மற்றவருடன் ஒருபோதும் நட்புக் கொள்ள வேண்டாம்.

- கன்பூசியஸ்

நட்புக் கொள்வதில் நிதானமாக இருக்கவும். ஆனால் நட்பு கொண்ட பின் அதில் உறுதியாகவும், நிலையாகவும் நிற்கவும்.

- சாக்ரடீஸ்

உண்மையான நட்பு ஆரோக்கியம் போன்றது. அதை இழந்துவிடும் வரை நாம் அதன் உண்மையான மதிப்பை உணர்வதே இல்லை.

- வோல்டன்

உலகின் அதிபதியாக இருந்தாலும், ஒரு நண்பன் அவசியமே.

- யங்

முன் கவனமுள்ள ஒரு நண்பனைப்போல் வாழ்க்கையில் வேறு பாக்கியம் இல்லை.

- யூரிபிடிஸ்

நம்மைப் பாராட்டி மதிப்பதை விட நம்மிடம் அதிகமாக அன்பு செலுத்தி நமது பெரிய வேலையில் பங்கு கொள்பவனே நண்பன்.

- சான்னிங்

நட்பு என்பது வாழ்நாள் முழுவதும் நீடித்திருக்க வேண்டும் என்ற கருத்து காலம்காலமாக இருந்து வருகிறது. ஆனால் சில நேரங்களில் சில நட்புகள் முறிந்து விடுவதுதான் நல்லது.

- டாக்டர் ஜான் யாகர்

நட்பைப் பற்றி அறிஞர்கள் இவ்வாறு பல்வேறு கருத்துக் களைக் கூறியுள்ளனர்.

நட்பு என்பது ஒரு மனிதனுக்கு உயிர் மூச்சைப் போன்றது என்ற ஒற்றை வரி உண்மையை இதன் வாயிலாக நாம் புரிந்து கொள்ள முடிகிறது.

பண்டைய கிரேக்க தேசத்தில் தத்துவஞானிகள், நட்பைப் பற்றி மிகத் தெளிவான பார்வையைக் கொண்டிருந்தனர். அதாவது நட்பை அவர்கள் மூன்று விதமாகப் பிரித்துப் பார்த்தனர்.

நண்பனாக ஏற்றுக்கொள்பவர்களைப் பற்றி முன்கூட்டி எதுவும் அறிந்து கொள்ளாமல், தன்னிலே ஒரு அபரிமிதமான மதிப்பை உருவாக்கிக் கொண்டு ஏற்படும் நட்பு ஒரு வகை.

அடுத்து, நாம் நேசிப்பவர்கள் இப்படித்தான் இருக்க வேண்டும் என்பதை வரையறுத்துக் கொண்டு, அவற்றை உறுதியும் செய்த பிறகு நட்பு செலுத்துவது இன்னொரு வகை.

மூன்றாவது வகை என்பது ஒரு குறுகிய வட்டத்திற்குள் மட்டுமே நட்பைப் பராமரித்துக் கொள்ளாமல் பரந்து பட்ட அளவில் நட்பு வட்டத்தை உருவாக்கிக் கொள்வது.

முதல் வகை நட்பு என்பது கிறிஸ்தவ மரபுகளைப் பின்பற்றி ஏற்படுத்திக் கொள்வது. அதாவது கடவுள்தான் அனைத்தையும் படைத்துள்ளார். நமக்காகவே சக மனிதர்களையும் படைத்துள் ளார். கடவுளை நேசிப்பதைப்போல மனிதர்களையும் நேசிக்க வேண்டும்.

இந்த அடிப்படையைப் பின்பற்றித்தான் முதல் வகை நட்பு அனுசரிக்கப்படுகிறது.

இரண்டாவது வகை நட்பு என்பது ஒருவரின் நல்ல குணங்கள் மற்றும் கெட்ட குணங்கள், அவரது அழகு, அழகற்ற தன்மை, உணர்வு ரீதியான பிணைப்பு, நட்பு நீண்ட நாட்கள் வலுவாக இருக்குமா என்பன உள்ளிட்ட அனைத்தையும் உறுதி செய்து கொள்வார்கள்.

இந்த அடிப்படையில் தொடரப்படும் நட்புதான் இந்த இரண்டாவது வகையைச் சார்ந்தது. இந்த நட்பில் பாலியல்

சமாச்சாரங்களையும் அவர்கள் சேர்த்துக் குறிப்பிடுகிறார்கள். அதாவது 'காமம்' என்பதையும், 'காதல்' என்பதையும் சேர்த்துக் குறிப்பதற்காக 'ஈராஸ்' என்ற வார்த்தையை கிரேக்க தத்துவ மேதைகள் பயன்படுத்தி உள்ளனர். எனவே நட்பு என்பதில் அவர்கள் காமத்தையும் கலந்துவிட்டார்கள்.

மூன்றாவது வகை என்பது ஒரு தனிப்பட்ட ஒருவர் மீது மட்டுமல்லாமல் குடும்ப உறுப்பினர்களிடையே ஏற்படும் நட்பும் இன்னொரு வகை நட்பாகவே பார்க்கின்றனர். தொழில் ரீதியான நண்பர்களிடையே ஏற்படும் நெருக்கமான பழக்கம், பொதுவாக மனிதர்கள் அனைவரையுமே நேசிக்கும் போக்கு, பிறந்த ஊரை நேசித்தல், பிறந்த மாவட்டத்தை நேசித்தல் என்பதோடு பிறந்த நாட்டையும் நேசிக்கும் பரந்துவிரிந்த அன்புதான் மூன்றாவது வகை நட்பாகும்.

இவ்வாறு கிரேக்க சிந்தனையாளர்கள் நட்பை மூன்று வகையாகப் பிரித்திருந்தாலும், நட்பு என்பது சுதந்திரமானது என்பதே உண்மை.

பழகப் பழக அதன் நெருக்கமும் வசீகரமும் அதிகரித்துக் கொண்டே போகிறது.

வீட்டுக்கு எல்லை உண்டு.

தோட்டத்திற்கு எல்லை உண்டு.

ஊருக்கு எல்லை உண்டு.

நாட்டுக்கு எல்லை உண்டு.

ஆனால் நட்புக்கு?

எல்லையே கிடையாது.

அது இந்த அண்டத்தைப்போல முடிவே இல்லாதது.

மிகப் பெரியது.

விரிந்து பரந்தது.

ஒருவர் தேர்ந்தெடுக்கும் வண்ணம் அவரது குணம் என்ன என்பதை வெளிப்படுத்தும்.

ஆனால் அவர் தேர்ந்தெடுக்கும் நட்பு அவரையே காட்டி விடும்.

நட்பு மிகப் புனிதமானது.

நட்பு மிக வலிமையானது.

நட்பு நேரம் காலம் பார்த்து ஏற்படுவதில்லை.

அது பள்ளியில் படித்துக் கொண்டிருந்த காலத்தில் ஏற்படலாம்.

பக்கத்து வீட்டில் இருப்பவரோடு நட்பு ஏற்படலாம்.

ஒரே அலுவலகத்தில் பணிபுரியும்போது நெருங்கிய பழக்கம் ஏற்பட்டு அது நட்பாகப் பிரகாசிக்கலாம்.

ஒரே பேருந்தில் நீண்ட தொலைவு பயணிக்கும்போதும் நட்பு ஏற்படலாம்.

ரயில் பயணத்தின்போதோ, விமானப் பயணத்தின்போதோ நட்பு உருவாகிவிடலாம்.

மாத வாடகைக்கு ஒரே விடுதியில் தங்குவதால் நட்பு ஏற்படலாம்.

ஒரே உணவகத்தில்; தொடர்ந்து சாப்பிட்டு வருவதால்கூட நட்பு ஏற்படலாம்.

சலூனில் முடிவெட்டப் போகிறபோது அடிக்கடி சந்தித்துக் கொள்வதாலும் நட்பு தோன்றலாம்.

வாக்கிங் போகும்போது நட்பு தொடரலாம்.

டீக்கடை பெஞ்சில்கூட நட்பு மலரலாம்.

நட்பு என்பது இப்படித்தான் ஏற்படவேண்டும் என்று அதற்கு எந்த விதியும் கிடையாது. அதற்கு எந்த இலக்கணமும் கிடையாது.

'நட்பு உணவைப் போன்றது.

நட்பு மருந்தினைப் போன்றது.

நட்பு நோயைப் போன்றது'

இப்படிச் சொல்கிறார் பிரபல அறிஞர் கஸாஸி.

சற்று குழப்பத்தைத் தருவதாக இருக்கிறது இவரது கருத்து.

உணவைப் போன்ற நட்பு ஒருவருக்கு எப்போதும் தேவை. அதாவது உணவு தினமும் தேவைப்படுவதைப்போல இந்த நட்பும் தினமும் தேவைப்படும். அந்த அளவிற்கு இந்த நட்பு உண்மையானதாக இருக்கும்.

அடுத்து, மருந்தினைப் போன்ற நட்பு.

இந்த வகை நட்பு ஒருவருக்கு எப்போதாவது மட்டுமே தேவைப்படும்.

இது தவிர்க்க முடியாத நட்பாக இருக்கும். ஒருவரின் உண்மை யான குணநலன் தெரியாமல் பழகிவிடலாம். அதன்பிறகு அத்தகைய நண்பரால் அடிக்கடி தொந்தரவு வந்துகொண்டே இருக்கும்.

இதுபோன்ற நட்பை மருந்துக்கு ஒப்பிடலாம்.

நோயைப் போன்ற நட்பு என்று அந்த மேதை கடைசியாகக் குறிப்பிட்டுள்ளார்.

இது அறவே ஒதுக்கித் தள்ள வேண்டிய நட்பு. எக்காரணம் கொண்டும் இந்த நட்பைத் தொடரவே கூடாது. ஏனென்றால் இந்த நட்பில் உங்களுக்கு ஆபத்து மட்டுமே இருக்கும்.

சாக்ரடீஸ் எவ்வளவு பெரிய பேரறிஞர் என்பது நமக்கு நன்றாகவே தெரியும்.

ஒருமுறை அவர் புதிய வீடு ஒன்றைக் கட்டிக் கொண்டிருந் தார். அந்த வழியாக வந்த ஒருவர், "புதிய வீடு கட்டிக் கொண்டிருக் கிறீர்கள். வாழ்த்துக்கள். ஆனால் இந்த வீடு ரொம்பவும் சிறியதாக இருக்கிறதே! இது உங்களுக்குப் போதுமா?" என்று கேட்டார்.

அதற்கு அந்தத் தத்துவ மேதை சாக்ரடீஸ், "இந்தச் சிறிய வீட்டை நிரப்புவதற்கு உண்மையான நண்பர்கள் கிடைப்பார்களா என்று தெரியவில்லை" என்றார்.

நல்ல நண்பர்கள் கிடைப்பது அத்தனை கடினம் என்பது அன்றைய காலத்திலேயே அவருக்கு நன்றாகத் தெரிந்துள்ளது.

நட்பின் மகத்துவத்தைப் பற்றி பழைய தமிழ்த் திரைப்படத்தில் வசனம் ஒன்று உண்டு.

கொண்டு வந்தால் தந்தை.

கொண்டு வந்தாலும் வராவிட்டாலும் தாய்.

சீர் கொண்டுவந்தால் சகோதரி.

கொலையும் செய்வாள் பத்தினி.

உயிர் காப்பான் தோழன்

ஆபத்து என்றால் தனது உயிரைக் கொடுத்தாவது காப்பாற்ற வேண்டும் என்று நினைப்பவன்தான் உண்மையான நண்பன்.

நட்பு என்பதை அத்தனை வீரியமிக்கது.

7

ஜீவனுள்ள சிநேகிதம்

நட்பு என்பதும் மனித உறவுகளில் ஒன்றுதான்.

ஆனால் அது பிறப்பில் வருவது கிடையாது. பிறந்த பிறகே வருகிறது.

நட்பினால் ஏற்படும் உறவுக்கு ஆயுள் மிகமிக அதிகம்.

அதற்கு மரணமே கிடையாது.

நட்பு பாசம் மிகுந்தது.

அதற்கு வேஷமிடத் தெரியாது.

வெகுளித்தனமாகவே காலம் முழுவதும் நீடிக்கும்.

பொதுவாக மனித உறவுகள் நான்காகப் பிரிக்கப்பட்டுள்ளன.

1. பெற்றோர் உறவு.
2. உடன்பிறந்தோர் உறவு.
3. மனைவியோடு உறவு.
4. குழந்தைகளுடன் உறவு.

இதுதான் மனித வாழ்க்கை.

இந்த உறவுகள் அனைத்துமே தவிர்க்க முடியாதது. நீங்கள் விரும்பி உங்களுக்குக் கிடைப்பதில்லை.

காலத்தின் கட்டளை.

சமூகம் வகுத்துள்ள கட்டுப்பாடுகளுக்குக் கட்டுப்பட்டு இயங்கும் தன்மை இந்த உறவுகளுக்கு உண்டு.

ஆனாலும் இவை அனைத்தும் பிறப்பால் வரும் உறவுகள்.

பெற்றோர் உறவு நீங்கள் கேட்டு வருவது கிடையாது. அது கடவுளால் வழங்கப்பட்டது. அந்த உறவை நீங்கள் விரும்பினாலும் விரும்பாவிட்டாலும் ஏற்றுக்கொண்டே ஆக வேண்டும்.

ஒருவகையில் பார்த்தால் இது ஆண்டவனின் சர்வாதிகாரம் தான். அதற்குக் கட்டுப்பட்டே ஆக வேண்டும்.

உடன்பிறந்தோர் உறவும் அப்படித்தான். இதுவும் உங்கள் விருப்பத்தையோ அனுமதியையோ கேட்டு உங்களுக்கு உறவாக இருப்பதில்லை.

மனைவி உறவு?

இளம் பருவத்தில் சிலருக்குக் காதல் மலரும். இது காதல் உறவு.

இந்த உறவு திருமணம் வரை நீடிக்கலாம். அல்லது நீடிக்காமல் கானல் நீரைப்போலக் காணாமலும் போகலாம்.

என்றாலும் திருமணம் என்பது பெரும்பாலானவர்களுக்குக் கண்டிப்பாக வந்தே தீரும்.

அதுதான் கணவன் மனைவி உறவு.

இந்த உறவும் தவிர்க்க முடியாததே.

குழந்தை உறவுக்கு நீங்கள்தான் முக்கிய காரணகர்த்தா என்றாலும் அந்தக் குழந்தை எப்படி இருக்க வேண்டும் என்பதை உங்களால் தீர்மானிக்க முடியாது.

அதுவும் ஆண்டவனின் கட்டளைப்படித்தான் நடக்கிறது.

இவை அனைத்தையும் தாண்டிய மற்றொரு உறவு ஒன்று உள்ளது.

அதுதான் 'நட்பு உறவு'.

இந்த உறவுதான் உங்களுக்கு ஜனநாயகத்தை வாரிவழங்குகிறது.

நண்பனைத் தேர்ந்தெடுக்கும் உரிமையை உங்களுக்கு அள்ளித் தந்திருக்கிறது.

"நட்புக்கும் காதலுக்கும் என்ன வித்தியாசம்?" என்று கூட்டம் ஒன்றில் பேச்சாளர் ஒருவர் கேட்டார். ஒருவர் வேகமாக எழுந்து, 'நட்பு உயிரைக் கொடுக்கும். காதல் உயிரை எடுக்கும்' என்றார் வேடிக்கையாக. ஆனால் இதிலும் பொருள் இருக்கத்தான் செய்தது.

பின்னர் இதே கேள்வி மாணவர்களிடம் கேட்கப்பட்டது. அப்போது ஒரு மாணவர் எழுந்து, 'நட்பு என்பது நோட்டு போன்றது. யார் வேண்டுமானாலும் கையெழுத்துப் போடலாம். ஆனால் காதல் என்பது செக் புக் மாதிரி. வங்கியில் கணக்கு இருப்பவர்கள் மட்டுமே கையெழுத்துப் போட முடியும்' என்றார்

இதுவும் அர்த்தமுள்ள பதில்தான்.

காதலை விடவும் சிறந்தது நட்பு.

மதிய உணவு இடைவேளையின்போது மாணவர்கள் ஒன்றாக அமர்ந்து சாப்பிடுவார்கள். அவரவர் கொண்டு வந்திருந்த உணவுகளைத் தங்களுக்குள் பகிர்ந்து உண்பது வழக்கம். அடுத்தவரின் டிபன் பாக்ஸில் பரிமாறுவது உணவு மட்டுமல்ல, அவர்களின் அன்பும்தான். அவர்களின் பாசமும்தான். அவர்களின் இதயங்களும்தான்.

நட்பு என்பது விருட்சம் போன்றது.

குழந்தைப் பருவத்தில் தொடங்கி, உடல் தளர்ந்துபோன காலம் வரை நிலைத்து நீடித்து நிற்பதுதான் நட்பு என்னும் உறவு.

காலச் சூழலுக்கு ஏற்ப நண்பர்கள் மாறலாம். ஆனால் நட்பு என்பது தொடர்ந்து கொண்டே இருக்கும்.

எங்கோ வாசித்தது...

பறவைக்கு கூடு

சிலந்திக்கு வலை

மாட்டுக்குத் தொழுவம்

மனிதனுக்கு நட்பு'

இதைவிட நட்பின் வலிமையை யாராலும் கூறமுடியாது.

நட்பு என்பது மின் விசிறியைப் போன்றது கிடையாது. அது கடற்காற்றுப் போல. தடையே இல்லாமல் வீசிக் கொண்டே இருக்கும்.

நண்பனிடம் கஷ்டங்களைப் பகிர்ந்து கொள்ளும்போது மனதின் வலி வெகுவாகக் குறைந்து போகிறது. மகிழ்ச்சிப் பொறி உள்ளம் முழுவதும் பரவிப் பெருகுகிறது.

'நூறு மருத்துவர்கள் செய்ய முடியாத சிகிச்சையை ஒரு நண்பன் தரும் ஆறுதல் செய்யும்' என்கிறார் கவிஞர் வைரமுத்து.

பெற்றோர் உறவு

பெற்றோர் - குழந்தை உறவு என்பது காலத்திற்குக் காலம் வெவ்வேறு வடிவம் எடுக்கக் கூடியது.

இது தவிர்க்க முடியாதது.

சொல்லப்போனால் இந்த உறவு 'புளியம்பழம்' போன்றது. இந்தப் பழம் பிஞ்சாக இருக்கும்போது அதன் சதைப் பகுதி, அதில் காணப்படும் ஓட்டுடன் பின்னிப் பிணைந்து காட்சியளிக்கும்.

எந்தக் காலத்திலும் இரண்டையும் பிரிக்கவே முடியாது என்பதாகத்தான் தோன்றும்.

இது முற்றும்போது அதன் ஓடு சதைப் பகுதியை விட்டு மெல்ல மெல்ல விலகத் தொடங்கிவிடும். ஒரு கட்டத்தில் ஓடு தனியாகவும், சதைப் பகுதி தனியாகவும் பிரிந்துவிடும்.

இப்படித்தான் குழந்தைகள் வளர வளர, பெற்றோர் அவர்களுடனான நெருக்கத்தைக் குறைத்துக் கொண்டு மெல்ல மெல்ல விலக வேண்டும்.

விலக வேண்டும் என்பதைக் காட்டிலும் விலகி விடுவார்கள் என்பதுதான் சரியானது.

புளியம்பழம் கடைசியில் எப்படி இருக்கும் தெரியுமா?

சதைப் பகுதியை விட்டு அதன் ஓடு தனியாக விலகி நிற்கும். உள்ளிருக்கும் சுளைப் பகுதியை அது பாதுகாத்து நிற்கும்.

அப்படித்தான் குழந்தைகள் வாலிப வயதை எட்டியதும் பெற்றோர் அவர்களைவிட்டு சற்று விலகி நிற்க வேண்டும்.

ஆனாலும் அவர்களைத் தொடர்ந்து கண்காணித்துக் கொண்டே இருக்க வேண்டும். அவர்களைப் பாதுகாத்து வரவேண்டும்.

நன்றாகப் பழுத்ததும் அதன் ஓடு தனியாகக் கழற்றி எடுக்கப் பட்டுவிடும். சுளை மட்டுமே பயன்பாட்டிற்குக் கொண்டு செல்லப் படும்.

அப்படித்தான் நன்கு பெரியவனானதும் பெற்றோர் புளியம் பழத்தின் ஓட்டைப்போலத் தனியாக விலகி நிற்க வேண்டும். குழந்தைகள் அவர்களின் வாழ்வை அவர்களே தீர்மானிக்க வேண்டும். அப்போதும் குழந்தைகளுடன் ஒட்டிக்கொண்டே இருக்கும் தன்மையைப் பெற்றோர் எக்காரணம் கொண்டும் செய்யவே கூடாது.

குழந்தைகள் அவர்களின் திறமைக்கேற்ப வாழ்க்கையை அமைத்துக் கொள்வார்கள். அந்தச் சுதந்திரத்தைப் பெற்றோர் வழங்க வேண்டும்.

இது காலத்தின் கட்டாயம்.

'தோளுக்கு மிஞ்சினால் தோழன்' என்பார்கள்.

வாலிப வயதை எட்டியதும் பெற்றோர் அவர்களிடம் நண்பனாகத்தான் பழக வேண்டும்.

பெற்றோர் - குழந்தை உறவு என்பது இப்படித்தான் இருக்க வேண்டும்.

இப்படி இருப்பதுதான் இயற்கை நியதி.

இதுதான் வாழ்வின் தத்துவம்.

வயதிற்கேற்ப பெற்றோர் உடனான உறவு மாற்றம் அடைந்து கொண்டே இருக்கும்.

உடன்பிறந்தோர் உறவு

உடன்பிறப்பு என்பது மற்றொரு உறவு. இதுவும் நாம் யாரும் விரும்பிக் கேட்டுக் கிடைப்பதில்லை. இறைவனால் நமக்கு வழங்கப் படும் உறவு.

ஒரே குடும்பத்தில் பிறந்து வளர்க்கப்பட்ட சகோதரர்களிடம் ஒரு கலவையான அன்பும் நட்புணர்வும் இருக்கும். பெற்றோர் உறவைத் தாண்டிய ஒரு நட்புறவு இவர்களிடம் இருக்கும்.

சகோதரர்கள் என்னும்போது சமவயது அல்லது ஒரு சில வயது வித்தியாசத்தில் இருப்பதால் இந்த உறவு சற்று வித்தியாசமாக அமைகிறது.

சகோதரர்கள் பிறந்தது முதலே ஒருவரையொருவர் நன்கு

அறிவார்கள் என்பதால் இவர்களின் உறவை வைத்து அவர்கள் குடும்பத்தின் நிலையைத் தெளிவாக அறிந்து கொள்ளலாம்.

சரியான புரிதல் இல்லாத சகோதர உறவுகள் அவர்களின் வாழ்க்கை முழுவதும் மனக்கசப்பையும், வேறுபாட்டையும் வளர்த்துக் கொண்டே இருக்கும்.

சிறுவயதில் சகோதர, சகோதரிகளுக்கு இடையே ஓர் அபரிமிதமான அன்பும், பாசமும் பின்னிப் பிணைந்து கிடக்கும்.

பெற்றோரிடம் பகிர்ந்து கொள்ள முடியாத விஷயங்களை அவர்களுக்குள் பகிர்ந்து கொள்வார்கள்.

சம வயதாக இருப்பதால் விளையாடுவதற்காகவே அவர்கள் ஓர் அற்புதமான உறவில் ஈடுபடுகிறார்கள்.

வளர்ந்து பெரியவன் ஆகிறவரை இந்த உறவு நீடிக்கிறது. அப்புறம் அவர்களுக்குத் திருமணமானதும் உடன்பிறப்புகளிடம் இருந்த ஈர்ப்பு மெல்ல மெல்ல விலகத் தொடங்குகிறது.

பணம், சொத்து போன்ற விவகாரங்களால்தான் இந்தப் பிரிவு அநேக இடங்களில் உருவாகிறது.

தாயோ, தந்தையோ உடம்பிற்கு முடியாமல் படுத்த படுக்கையாக விழுந்து விடுகிறபோதும் சகோதரர்களுக்கு இடையே அவர்களை யார் பார்த்துக் கொள்வது என்பதில் பிணக்கு ஏற்படுகிறது.

ஆக உடன்பிறந்தோர் உறவு என்பது பெரும்பாலும் மணமாவதற்கு முன்புவரைதான் நிலைத்து நிற்கிறது. அதன் பிறகு அந்த உறவு கடமைக்காக மட்டுமே தொடர்கிறது.

கணவன் மனைவி உறவு

வாழ்வின் இடைப்பகுதியில் வந்து சேரும் புதிய உறவு மனைவியோடு உறவு. பெண்களுக்கு கணவனோடு உறவு.

இன்றைய நாட்களில் காதல் திருமணம் சற்றே அதிகரித்து வருவதால் மனைவி என்பவளைத் தேர்ந்தெடுக்கும் உரிமையை ஓர் ஆடவன் பெறுகிறான் என்று கருதலாம்.

ஒருவன் இருபது வயதுக்கு மேல் தனது வாழ்க்கைத் துணைவியாக ஒரு புதிய உறவைத் தன்னோடு இணைத்துக் கொள்ளும் ஒரு புதிய நிலை.

எனினும் இப்போதும் பலரும் பெற்றோரால் பெண் பார்த்து

நடத்தி வைக்கப்படும் திருமண பந்தத்தைத்தான் பெற்று வருகிறார்கள்.

இவர்களுக்குக் கிடைக்கும் இந்தப் புதிய உறவு அவர்களின் யோகத்தைப் பொருத்தே அமைகிறது.

வாழ்வின் நீண்ட பயணத்திற்கான வழித்துணையைப் பெற்று தங்களது இன்பம் மற்றும் துன்பத்தில் பங்குபெறச் செய்யும் ஒரு புதிய பங்காளி.

உங்கள் வாழ்வின் ஒவ்வொரு முன்னேற்றத்திலும் உதவியை மனமுவந்து வழங்கும் ஒரு புதிய சிநேகிதிதான் மனைவி.

கோடை காலத்தில் உச்சி வெயிலில் நிழல் தரும் மரத்தைப் போல விளங்குகிறாள் மனைவி என்பவள்.

நோயுற்ற காலத்தில் அக்கறையோடு கவனித்துக் கொள்ளும் புதிய ஆத்மா.

உதவிகள் தேவைப்படும்போது முகம் கோணாமல் ஓடோடி வந்து செய்யும் புதிய காதலி.

உங்கள் இரகசியங்களைப் பாதுகாப்பாள். அமைச்சரைப் போல உங்களுக்கு நல்ல ஆலோசனைகளையும் வழங்குவாள்.

மனித வாழ்வில் கிடைக்கப்பெறும் அனைத்து உறவுகளையும் விட சற்று வித்தியாசமான, வியப்பான உறவு இது என்றே கூறலாம்.

காதல், அன்பு, கருணை, தாம்பத்யம், பரிவு, பாசம், கனிவு, விட்டுக்கொடுக்கும் மனப்பான்மை போன்ற பலவும் இந்த உறவில் கிடைக்கிறது.

இப்படிப்பட்ட உறவும்கூட ஒரு கட்டத்தில் மனிதனுக்கு வெறுப்பை ஏற்படுத்திவிடுகிறது.

நிறைய பிரச்சனைகள்.

தனது பெற்றோருடன் சகிப்புத் தன்மையோடு நடந்து கொள்ளாமல், அன்போடு இல்லாமல் நடக்கும் மனைவி. இதனால் ஒருவனுக்கு ஏற்படும் டென்ஷன்.

இதுபோன்று மனைவியினால் பலவிதமான பிரச்சனைகளைச் சந்திப்பதால் வீட்டில் அதிகமான நேரத்தைக் கழிக்க விரும்பாமல் வெளியே செல்லும் ஆடவர்களை நிறைய பார்க்க முடியும்.

நாற்பது வயதுக்கு மேல் உள்ள ஆடவர்கள் இரவில் தங்கள் நண்பர்களைத் தேடிச் சென்று வெகு நேரம் அளவளாவி விட்டு வீடு திரும்புவதைப் பார்க்கலாம்.

ஆக மனைவியுடனான நட்பும் உறவும் பெரும்பாலும் ஒரு கட்டத்திற்கு மேல் கசந்து போகிறது.

குழந்தைகளுடன் உறவு

குழந்தைச் செல்வம் என்பது ஒவ்வொரு மனிதனுக்கும் அத்தனை பெரிய சந்தோஷத்தை அள்ளித் தருகிறது.

குழந்தை பிறந்ததும் அதனை வளர்ப்பதற்குச் சிரமப்படத் தான் வேண்டியிருக்கிறது. ஆனாலும் அந்தக் குழந்தைகளோடு கொஞ்சி விளையாடுகிறபோது அத்தனை கஷ்டங்களும் கண்ணுக்குத் தெரியாமல் மறைந்து போகின்றன.

குழந்தை வளர்ந்து பள்ளிக்குச் செல்லத் தொடங்கியதும் அதன் நட்புவட்டம் பெற்றோர் என்பதையும் தாண்டி ஆசிரியர், சக மாணவர்கள் என்ற ரீதியில் பெரிதாகிறது.

இந்த மாதிரியான சூழலில் குழந்தைகளுடனான உங்கள் உறவு இன்னும் சற்று தொய்வை அடையத்தான் செய்கிறது.

அப்புறம் கல்லூரிக்குப் படிக்கச் செல்கிறபோது அக்குழந்தை மீசை முளைத்த பெரிய குழந்தையாக மாறிவிடுகிறது. அதனால் அந்தக் குழந்தையைத் தூக்கிக் கொஞ்சியதெல்லாம் மிகப் பழைய காலமாக மாறிவிடுகிறது.

மேலும் கல்லூரியில் சக மாணவர்களின் சகவாசம் வேறு வந்து விடுகிறது. பெற்றோருடன் பேச முடியாத பல விஷயங்களை நண்பர்களோடு மனம்விட்டுப் பேச முடிகிறது. சந்தேகங்களுக்கு அவர்களிடம் விளக்கங்களையும் பெற முடிகிறது.

ஒருவேளை விளக்கம் தவறாக இருந்தாலும், அது தவறு என்று தெரியாமல் நம்பி ஏமாந்து போகிற நிலைமையும் இருக்கத் தான் செய்கிறது.

ஆனால் பெற்றோருக்கும் குழந்தைகளுக்குமான உறவில் இடைவெளி நிறையவே ஏற்பட்டு விடுகிறது. வீட்டில் புழங்கும் நேரத்தை விடவும் வெளியே கழிக்கும் நேரம்தான் குழந்தைகளிடம் அதிகமாக இருக்கிறது. எனவே மனம் விட்டுப் பேசுவது, அன்பைப் பரிமாறிக் கொள்வது போன்றவற்றில் பெருமளவு தொய்வு ஏற்படுகிறது.

வேலைக்குச் சென்றபிறகு இந்த உறவில் விரிசல் மேலும் அதிகமாகிவிடுகிறது. பின்னர் திருமணமும் நடந்துவிட்டால் இந்த விரிசல் இன்னும் அதிகமாகிவிடுகிறது.

ஆக குழந்தைகளுடன் உறவு என்பதும் ஒரு காலக்கட்டம் வரை மட்டுமே இருக்கிறது. பெற்றோர் - குழந்தை என்ற உறவு காலம் காலமாக நீடித்து நின்றாலும் அந்த உறவானது ஒவ்வொரு காலக்கட்டத்திலும் மாறுபட்டுக் கொண்டேதான் இருக்கிறது.

நண்பனுடன் உறவு

இப்படியாக இயற்கை தந்த உறவுகள் காலத்திற்கேற்ற வகையில் மாற்றத்தைப் பெறுகிறபோது, நீங்களாகத் தேடிக் கொள்ளும் நட்புறவு மட்டும் தனித்தன்மையோடு, எந்தவித மாற்றமும் இல்லாமல் நீடித்து நிற்கிறது.

இரவையும் பகலையும் பிரிக்க முடியாது.

கடலையும் அலையையும் பிரிக்க முடியாது.

இன்பத்தையும் துன்பத்தையும் பிரிக்க முடியாது.

அப்படித்தான் நட்பையும் உறவையும் பிரிக்க முடியாது.

நண்பர்கள் மாறுவார்கள்.

ஆனால் நட்பு அப்படியேதான் இருக்கும்.

'பிரச்சனைகள் இல்லாதவன் வாழத் தெரியாதவன்' என்றார் அன்னிபெசன்ட் அம்மையார்.

பிரச்சனைகள், சோதனைகள், கஷ்டங்கள், துன்பங்கள் என்று அனைத்தும் மனித வாழ்வில் தவிர்க்க முடியாத அம்சங்களே. ஆனால் இவற்றைக் கண்டு சோர்வுற்று, கவலையுற்று நட்பே வேண்டாம் என்று முறித்துக் கொள்வது முறையாக இருக்குமா என்ன?

பெற்றோரிடம் பேசுவதற்கு அளவு உண்டு.

காதலியிடம் பேசுவதற்கு அளவு உண்டு.

மனைவியிடம் பேசுவதற்கு அளவு உண்டு.

உடன்பிறப்புகளிடம் பேசுவதற்கு அளவு உண்டு.

குழந்தைகளிடம் பேசுவதற்கும் அளவு உண்டு.

ஆனால் நண்பர்களோடு பேசுவதற்கு மட்டும் எந்த அளவும் கிடையாது. உள்ளத்தில் உறைந்து கிடக்கும் அனைத்தையும் கொட்ட வேண்டும் என்றால் அது நண்பர்களிடம் மட்டுமே முடியும்.

ஒளிவுமறைவின்றி இருப்பது என்றால் அது நண்பர்களிடம் மட்டுமே முடியும்.

நண்பன் என்றால் எப்படி இருக்க வேண்டும் என்பதற்கான ஒரு பொருள் பொதிந்த குட்டிக்கதையை நாம் பார்க்கலாம்.

மிகப் பெரிய பாலைவனம்.

சுடும் மணல்.

இரு நண்பர்கள் அதன் வழியாகப் பயணித்துக் கொண்டிருந்தனர். கொண்டு வந்திருந்த உணவையும், தண்ணீரையும் இருவரும் சமஅளவில் பகிர்ந்து சாப்பிட்டு வந்தனர்.

அதில் உயரமாக இருந்தவனுக்கு இருவரும் இப்படி பகிர்ந்து உண்பது பிடிக்கவில்லை. எனவே குள்ளமாக இருந்தவனுக்குக் கொடுக்காமல் அவன் மட்டுமே சாப்பிட்டு வந்தான்.

இது குள்ளனுக்குக் கோபத்தை வரவழைத்தது.

அப்போது வழியில் ஈச்சை மரமொன்று இருந்தது. அதிலிருந்து விழுந்து கிடந்த ஈச்சைப் பழங்களைக் குள்ளன் ஓடிப் போய் பொறுக்கினான்.

இதைப் பார்த்த உயரமானவன், "எல்லாவற்றையும் நீ மட்டுமே எப்படிப் பொறுக்கிக் கொள்ளலாம். அவை எனக்கும் சொந்தம்" என்று சொல்லி அவன் கையிலிருந்த பழங்களைப் பறித்தான்.

"நீதான் நிறைய உணவு வைத்திருக்கிறாயே! அப்புறம் ஏன் என்னிடம் இருப்பதைப் பறிக்கிறாய்?" என்று கேட்டான் குள்ளன்.

"நான் உணவை வைத்துக் கொண்டு உன்னை ஏமாற்றுவதாகக் கூறுகிறாயா?" என்று கோபத்தோடு கேட்டவாறு அவன் முகத்தில் ஓங்கி ஓர் அறை விட்டான் உயரமானவன்.

இதனால் இருவருக்கும் இடையே சண்டை சச்சரவு ஏற்பட்டு இருவரும் பிரிந்து நடக்க ஆரம்பித்தனர்.

நண்பன் அடித்தது பெரும் அவமானமாகவும், துயரமாகவும் குள்ளனுக்கு இருந்தது. அங்கிருந்த மணலில், 'என் நண்பன் என்னை இன்று அடித்துவிட்டான்' என்று பெரிதாக எழுதி வைத்து விட்டு நடந்தான்.

இருவரும் தனித்தனியாக நடந்து கொண்டிருந்தனர். அப்போது ஓரிடத்தில் தண்ணீர் இருப்பதைக் கண்ட உயரமானவன் அதனைப் பருக ஆவலோடு சென்றான்.

நண்பனின் நினைவு திடீரென்று ஏனோ வந்தது. ஒரு கஷ்டம் வந்ததும் நண்பனை ஏமாற்றி விட்டதாக நினைத்து வருத்தம் அடைந்தான். பெருங்குரலெடுத்து நண்பனை அழைத்தான்.

நண்பனின் அழைப்பைக் கேட்டு அங்கு விரைந்தோடி வந்தான் குள்ளன். அங்கே இருந்த தண்ணீரைப் பார்த்து ஆனந்தம் அடைந்தான்.

எனினும் ஒருவர் மட்டுமே தாகம் தணிக்கிற அளவிற்குத் தான் தண்ணீர் இருந்தது. நண்பனைக் குடிக்குமாறு வற்புறுத்தினான் உயரமானவன்.

தாக மிகுதியால் அவனும் அதனைப் பருகிவிட்டான்.

இப்போது உயரமானவனுக்குப் பருகத் தண்ணீர் இல்லை. ஆனாலும் நண்பனுக்காக இதனைப் பெரிதாகக் கருதாமல் தாகத்தோடு நடக்கத் தொடங்கினான்.

குள்ளனோ அங்கிருந்த கல்லில், 'என் நண்பன் இன்று எனக்கு மறக்கவே முடியாத மாபெரும் உதவியைச் செய்தான்' என்று பொறித்தான்.

அப்போது அங்கு தோன்றிய கடவுள், ''உன்னை அடித்தபோது அதனை மணலில் எழுதி வைத்தாய். இப்போது உதவி செய்ததைக் கல்லில் வடித்து வைத்துள்ளாய். ஏன்?" என்று கேட்டார்.

"தவறுகள் காற்றோடு போக வேண்டியவை. அதனால் அதை மணலில் எழுதினேன். ஆனால் செய்த நன்றியை என்றுமே மறக்கக் கூடாது என்பதால் அதைக் கல்லில் செதுக்கி வைத்தேன்" என்றான் குள்ளன்.

ஆக நண்பன் செய்யும் தவறுகளை, தீமைகளை, கஷ்டங்களை மறந்துவிட வேண்டும்.

ஆனால் அவன் செய்யும் நன்மைகளை, உதவிகளை மட்டும் எப்போதும் நினைவில் வைத்திருக்க வேண்டும்.

இவ்வாறு செய்தால் உறவுகள் மேம்படும். நட்பு விரிவடையும். நண்பர்கள் அதிகமாக வந்து சேர்வார்கள்.

8

சேரிடம் அறிந்து சேர்

கூடா நட்பு என்பது ஒரு மனிதனின் வாழ்வை ஒட்டு மொத்த மாகவே சீரழித்து சின்னாபின்னமாக்கி விடும்.

'நல்ல மனைவியைத் தேர்ந்தெடுப்பது போலவே, நல்ல நண்பனைத் தேர்ந்தெடுப் பதிலும் எச்சரிக்கையாகவே இருக்க வேண்டும்.

உன் எதிரியை நீ சுலபமாக அடை யாளம் கண்டு கொண்டுவிட முடியும்.

ஆனால், நண்பர்களிலே, நல்ல நண்பர் யார் என்பது அனுபவத்தின் மூலம்தான் தெரியுமே தவிர, சாதாரண அறிவினால் கண்டுகொள்ள முடியாது.

முகத்துக்கு நேரே சிரிப்பவன்,

முகஸ்துதி செய்பவன்,

கூழைக்கும்பிடு போடுபவன்,

இவனெல்லாம் நல்ல நண்பன் மாதிரியே தோற்றமளிப்பான்.

எந்த நேரத்தில் அவன் உன்னைக் கவிழ்ப்பான் என்பது அவனுக்கும் கடவுளுக்கும் மட்டுமே தெரியும்!

ஆகவே ஒருவனை நண்பனாக்கிக் கொள்ளுமுன், அவனைப் பற்றி நன்றாகத் தெரிந்து கொள்ள வேண்டும்.

சரியாகத் தெரிந்த பின்புதான், அவனிடம் ரகசியங்களைப் பரிமாறிக்கொள்ள வேண்டும்.

நன்றாக ஆராய்ந்து, 'இவன் நல்லவன்தான்' என்று கண்டபின், ஒருவனை நண்பனாக்கிக் கொண்டு விட்டால், பிறகு அவன்மேல் சந்தேகப்படக்கூடாது..

இப்படிச் சொன்னவர் கவிஞர் கண்ணதாசன்.

நல்ல நண்பனைத் தேர்ந்தெடுத்துக் கொள்வது என்பது மிக முக்கியமானது என்பதுதான் இதன் வாயிலாகத் தெரிந்து கொள்ள முடிகிறது.

தவறான நட்பு தவறான பாதைக்குத் தடம்மாற்றி அழைத்துச் செல்லும்.

அது நிச்சயமாக ஆபத்தை விளைவிக்கும் ஒன்றாகவே அமையும்.

நண்பர்கள் என்பவர்கள் ஒருவருக்கு ஒரு குறிப்பிட்ட காலத்தில் அல்லது குறிப்பிட்ட வயதில் மட்டுமே கிடைப்பதில்லை. ஏழு வயதிலும் நண்பர்கள் கிடைப்பர். எழுபது வயதிலும் கிடைப்பர்.

ஏழு வயதில் கிடைக்கும் சிநேகிதம் கள்ளங்கபடம் அறியாதது. அதற்கு சூது வாது எதுவும் தெரியாது.

கெடுக்கத் தெரியாது.

குழி பறிக்கத் தெரியாது.

கூழைக்கும்பிடு போடத் தெரியாது.

அதேபோலத்தான் எழுபது வயதில் கிடைக்கும் நட்பும். அநேகமாக வாழ்க்கையின் இறுதிக்கட்டத்தில் இருக்கும் நிலை என்பதால் நிறைய கஷ்டங்கள், வேதனைகள், துன்பங்களை அனுபவித்து ஓய்ந்துபோன ஒரு நிலை.

இந்த நிலையில் இருப்பதால் தங்கள் அனுபவங்களைப் பகிர்ந்து கொள்ள ஒரு நல்ல துணை வேண்டும் என்கிற ஒரே எண்ணம்தான் அவர்களிடம் இருக்கும்.

எனவே அந்த நட்பில் கள்ளங்கபடம் எதுவும் இருக்காது. போலித்தனம் இருக்காது. பொய் இருக்காது. தப்பு இருக்காது. கவிழ்க்கும் எண்ணம் இருக்காது.

இடைப்பட்ட காலத்தில் ஏற்படும் நட்பில்தான் போலிகளும் காணப்படும். மோசமான நண்பர்களும், தரம்கெட்ட நண்பர்களும், தவறான பழக்க வழக்கங்களைக் கொண்ட நண்பர்களும் கிடைக்கப் பெறுவார்கள்.

இந்த காலக்கட்டத்தில் நண்பர்களைச் சீர்தூக்கிப் பார்த்துத் தேர்ந்தெடுத்துப் பழக வேண்டும்.

இளம் வயதில் நண்பர்களுடன்தான் நாம் அதிக நேரத்தைச் செலவிடுவோம். அப்போது அந்த நண்பர்களின் குணாதிசயங்கள் நம்மையும் அறியாமல் நம்மோடு இறுக்கமாகவே ஒட்டிக் கொள்ளும்.

'பூவோடு சேர்ந்த நாரும் மணம் பெறும்' என்பார்கள். பூக்களை மாலையாகத் தொடுக்கும்போது அந்த நார் பூக்களின் வாசனையைப் பெற்றுவிடுகிறது. எனவே அந்த நாரும் மலர்களின் வாசனையை நிரம்பப் பெற்று மணம் வீசுகிறது.

மணம் பரப்பும் மலர் ஒன்று சாக்கடையில் விழுந்தால் என்ன ஆகும்?

அதன் மணம் குறைந்துபோய் சாக்கடை நாற்றமடிக்கும்.

இப்படித்தான் நண்பர்களும்.

நெருங்கிப் பழகும் நண்பர்கள், நற்குணம் உடையவராக இருந்தால் அவரின் நல்ல குணம் நம்மிடம் ஒட்டிக் கொள்கிறது. அவர் கெட்ட குணம் உடையவராக இருந்தால் அவரது தவறான பழக்கங்கள் நம்மிடம் ஒட்டிக் கொள்ளும்.

'அகத்தின் அழகு முகத்தில் தெரியும்' என்பதுபோல 'ஒருவனின் நடத்தையை வைத்து அவனது நண்பர்கள் எப்படி இருப்பார்கள் என்பதைக் கணித்துவிட முடியும்.

அழிவி னவைநீக்கி ஆறுய்த்து அழிவின்கண்

அல்லல் உழப்பதாம் நட்பு

என்கிறார் வள்ளுவப் பெருந்தகை.

'அழிவைத் தரும் தீமைகளிலிருந்து நீக்கி, நல்ல வழியில் நடக்கச் செய்து, அழிவுவந்த காலத்தில் உடனிருந்து துன்பப் படுவதே நட்பாகும்' என்பதுதான் இக்குறளின் பொருள்.

நண்பன் என்றால் அவருக்கு சில இலக்கணங்கள், வரைமுறைகள் உண்டு என்பதுதான் வள்ளுவரின் கருத்தாகும்.

நண்பர் எப்படிப்பட்டவர்?

ஒழுக்கமானவரா?

அறம் அல்லாத, நன்மைகள் அளிக்காத செயல்களைச் செய்யாதவரா?

இதுபோன்ற பல விஷயங்களையும் ஆய்ந்து அறிந்து கொள்ள வேண்டும்

தவறு செய்பவராக இருந்தால் அந்தத் தவறை நண்பருக்குச் சுட்டிக்காட்டி அதனைச் செய்யாமல் இருக்க அறிவுறுத்த வேண்டும்.

அவரது தவறான பழக்கவழக்கங்களைக் கண்டும் காணாதது போல இருப்பது நல்ல நட்புக்கு பொருந்தி வராது.

நல்வழிப்படுத்துகிறபோது நண்பனுக்குக் கோபம் வரலாம். தனது தவறைத் திருத்திக் கொள்ள மறுக்கலாம். ஒரு கட்டத்தில் உங்கள் மீது எரிச்சல் அதிகமாகி நட்பையே உதறித்தள்ளவும் முற்படலாம்.

ஆனாலும் இதற்கெல்லாம் நீங்கள் அஞ்சி ஒதுங்கிவிடக் கூடாது. உறுதியுடன் நின்று நண்பரை நல்ல பாதைக்கு அழைத்து வரவேண்டும்.

சிலபேர் சொல்லச் சொல்லக் கேட்பதே கிடையாது. தங்களின் நடத்தை சரியானதே என்ற எண்ணத்தில் தவறிலேயே கிடந்து உழல்வார்கள்.

ஒரு கட்டத்தில் அந்தத் தவறு அவருக்குப் பெருந் தீங்கை விளைவிக்கும். துன்பச் சுழலில் சிக்கிக் கொண்டு அதிலிருந்து மீண்டு வரமுடியாமல் தத்தளிப்பார்.

இதுபோன்ற நிலையில் அவருக்கு நீங்கள் உதவி செய்ய வேண்டும். அத்துன்பத்தில் இருந்து அவரை வெளியே இழுத்து வரவேண்டும்.

இதுவே உண்மையான நட்பாக இருக்க முடியும் என்பதுதான் வள்ளுவரின் வாக்காக அமைந்துள்ளது.

ஒருவரின் வெற்றியும் தோல்வியும் அவரது உழைப்பாலும், உறுதி, நேர்மை போன்றவற்றாலும் தீர்மானிக்கப்படுகிறது.

என்றாலும் இதற்கு முக்கிய காரணமாக இருந்தவர் யார் என்பதை ஆராய்ந்து பார்த்தால் அது அவரது நண்பராகவே இருப்பார்.

நல்ல நண்பர்கள் அமைந்தால் எடுத்த காரியம் நிச்சயம் வெற்றியில் முடியும்.

கெட்ட நண்பர்களின் சகவாசம் கிடைத்தால் செய்த செயல் நிச்சயம் தோல்வியில்தான் முடியும்.

நல்ல நண்பர்கள் உங்களை சொர்க்கத்தை நோக்கி அழைத்துச் செல்வார்கள்.

ஆனால் கெட்ட நண்பர்கள் உங்களை அழைத்துச் செல்வது நரகமாகவே இருக்கும்.

ஏணியில் ஏறுகிறபோது நல்ல நண்பர்கள் உங்களை எளிதாக உயரத்தில் ஏறச் செய்வதற்கு அனைத்து முயற்சிகளையும் செய்வார்கள்.

கெட்ட நண்பர்களோ, ஏணியில் ஏறுகிறபோது இரண்டாவது படியில் காலை வைப்பதற்குக்கூட உங்களை அனுமதிக்க மாட்டார்கள்.

மீண்டும் தரையை நோக்கியே நீங்கள் கீழே இறங்குகிற மாதிரி உங்கள் பயணத்தை வெற்றி அடையவே விடமாட்டார்கள்.

உண்மையான நண்பராக இருந்தால் அவர் உங்களின் ஆரோக்யத்தில் அதிக அக்கறை செலுத்துவார். உங்களின் முன்னேற்றத்தை முக்கிய குறிக்கோளாகக் கொண்டு உதவிகளை வாரி வழங்குவார். எந்தவொரு இக்கட்டான நேரத்திலும் உங்களை தீய வழிக்கு இழுக்கவே மாட்டார்.

கெட்ட நண்பர்களின் நட்பு கிடைத்தால் உங்களின் உடல் ஆரோக்யம் ஒரு பொருட்டாகவே மதிக்கப்படாது. புகைப் பழக்கம், மதுப் பழக்கம் என்று உடலுக்குக் கேடு தரும் பழக்கங்களில் தள்ளி விடுவார்கள்.

இந்தத் தவறான பழக்க வழக்கங்களில் இருந்து உங்களை விடுவிக்க நல்ல நண்பர்கள் பெரு முயற்சி செய்வார்கள்.

இதே தீய பழக்கத்தில் நீங்கள் தொடர்ந்து பயணிக்க ஒருக்காலும் அனுமதிக்க மாட்டார்கள்.

உங்களின் நாளைய வாழ்க்கை நலமாக இருக்க வேண்டும் என்பதில் நல்ல நண்பர்கள் பிடிவாதமாக இருப்பார்கள்.

உங்களின் தவறான பழக்கங்களை உங்கள் நண்பர் எப்படியோ கண்டுகொண்டார் என்று வைத்துக் கொள்வோம். உடனே நீங்கள் அவரிடம் இந்த விஷயத்தை உங்கள் பெற்றோரிடம் 'போட்டுக்' கொடுத்துவிடக் கூடாது என்று சத்தியம் வாங்குவீர்கள்.

ஆனால் அவர் நல்ல நண்பராக இருந்தால் நிச்சயமாக இந்த சத்தியத்தைக் காப்பாற்றத் துணிய மாட்டார். இதனைக் குப்பைக் கூடையில் எறிந்துவிடுவார்.

ஏனென்றால் சத்தியம் என்பது நல்லவற்றுக்கு மட்டும்தான் பொருந்தும் என்ற உண்மை அவருக்குத் தெரியும்.

மேலும் உங்களின் நலனில் பெரிதும் அக்கறையும், ஆர்வமும் உள்ளவர் என்பதால் உங்களுக்கு நல்லது செய்ய வேண்டும் என்ற எண்ணமே அவரிடம் மேலோங்கி நிற்கும்.

இப்படிப்பட்டவர்தான் உண்மையான நண்பர்.

உங்களின் நல்ல இலட்சியத்தை, நல்ல கொள்கையை, நல்ல எண்ணத்தை உங்கள் நண்பர் ஆதரிக்காமல் அதனைக் கிண்டல் செய்பவராக இருந்தால், நிச்சயமாக அவர் உங்கள் உண்மையான நண்பராக இருக்கவே முடியாது.

உங்களுடைய இலட்சியத்தை நோக்கிய பயணத்திற்குத் தடைக் கல்லாக விளங்கினால் அவர் நிச்சயமாக உங்களின் உண்மையான நண்பராக இருக்கவே முடியாது.

உங்கள் இலட்சியப் பயணத்தின்போது ஊக்கம் தராமல் இருந்தாலும் அவர் உங்களின் நிஜமான நண்பராக இருக்கவே முடியாது.

புதிய தொழில் நுட்பத்தைப் பயன்படுத்தி வித்தியாசமான கண்டுபிடிப்பு ஒன்றிற்கான முயற்சியில் நீங்கள் ஈடுபட்டிருக்கிறீர்கள் என்றால் அதற்கு உங்கள் நண்பர் உறுதுணையாக இருக்க வேண்டும். உங்களின் தொடங்காற்றலை, உங்களின் படைப் பாற்றலை, உங்களின் அந்தக் கண்டுபிடிப்பு வெற்றியை ஈட்டுவதற் காக அவர் உங்களுக்கு நல்ல ஒத்துழைப்பைத் தரவேண்டும்.

இவ்வாறு செய்யாமல் அந்தப் புதிய கண்டுபிடிப்பைப் பற்றி அவர் கிண்டலடிப்பதும், இகழ்ந்து பேசுவதுமாக இருந்தால் அவர் எப்படி உங்களின் உண்மையான நண்பராக இருக்க முடியும்?

மேலும் உங்கள் கண்டுபிடிப்பின்போது எந்த வகையான உதவியும் செய்யாமல், நீங்கள் வெற்றி பெற்றதும் வெறுமனே வந்து

உங்களுக்குக் கைகுலுக்கிவிட்டுப் போனாலும் அவர் உங்களின் உண்மையான நண்பர் இல்லை என்பதைப் புரிந்துகொள்ள வேண்டும்.

பிற மனிதர்களைப் பற்றி தரக்குறைவாக விமர்சனம் செய்யும் நண்பர்களிடம் எப்போதும் கவனமாக இருக்க வேண்டும். ஏனென்றால் மற்றவர்களைப் பற்றி விமர்சிப்பவர்கள், உங்களைப் பற்றியும் மற்றவர்களிடம் விமர்சிப்பார்கள் என்பதை நினைவில் கொள்ள வேண்டும்.

எனவே இப்படிப்பட்டவர்கள் ஒருக்காலும் உங்களின் நல்ல நண்பனாக இருக்க முடியாது.

தேரான் தெளிவும் தெளிந்தான்கண் ஐயுறவும்
தீரா இடும்பை தரும்

இத்திருக்குறளின் பொருள் என்னவென்றால், ஒருவனை நன்கு ஆராயாமல் அவனை நண்பனாக்கிக் கொள்வதும், ஆராய்ந்து தெளிவடைந்து நண்பனாக்கிக் கொண்டவனிடம் சந்தேகம் கொள்வதும் நீங்காத துன்பத்தைக் கொடுக்கும்.

'யாரோடு நீ பழக ஆரம்பிக்கின்றாயோ, அவனோடு நீ இனிமையாகப் பழக வேண்டும். கொஞ்ச காலத்திற்கு அதை, நீ நட்பாகக் கருதக் கூடாது.. வெறும் பழக்கமாகத்தான் கருத வேண்டும்.

உனக்கு கஷ்டம் வந்தபோது அவன் கை கொடுத்தால், நீ இல்லாத இடத்தில் உன்னைப் பற்றி நல்லவிதமாக அவன் பேசுவதைக் கேள்விப்பட்டால் அவனை நம்பலாம்.

மேலும் நீ இல்லாத இடத்தில் உன்னைப் பற்றி நல்லவிதமாக அவன் பேசுவதாகப் பிறர் சொல்லக் கேள்விப்படும்போதும் அவன் மிகுந்த நம்பகமானவனாகவே இருக்கிறான் என்று அர்த்தம்.

பிறர் உன்னைப் பற்றித் தவறாகப் பேசும்போது, அவன் தடுத்துப் பேசியதாக நீ அறிந்தாலும் அவனை நீ முழுமையாக நம்பத் தொடங்கலாம்.

தொடர்ந்து இது போன்ற பல செய்திகளைக் கேள்விப்பட்ட பிறகுதான், ஒருவனை நண்பனாக நீ ஏற்றுக்கொள்ள வேண்டும்.

பல இடங்களில் ஒரே மாதிரி ஒருவன் நடிக்க முடியாது. ஆகவே, உன்மீது அவன் வைக்கும் அன்பும் உண்மையாகத்தான் இருக்கமுடியும்' என்கிறார் கவிஞர் கண்ணதாசன்.

சில நண்பர்கள் உண்டு. அவர்களுக்குக் கஷ்டமான சூழல் ஏற்படும்போது மட்டும் உதவிக்காக உங்களைத் தேடி வருவார்கள். உதாரணமாகப் பணக் கஷ்டம் வரும்போது மட்டுமே உங்களைப் பற்றிய நினைப்பு வரும். கடன் கேட்பார்கள்.

அவர்கள் கடன் கேட்கும்போதெல்லாம் நீங்கள் உதவிக் கொண்டே இருக்க வேண்டும். எப்போது உதவாமல் இருக்கிறீர்களோ, அப்போது உங்களிடம் கோபித்துக் கொள்வார்கள்.

இப்படிப்பட்டவர்கள் நிச்சயமாக உண்மையான நண்பனாக இருக்கவே முடியாது.

இன்னும் சில நண்பர்கள் உண்டு. அவர்கள் சர்வாதிகார மனப்பான்மை உடையவர்களாக இருப்பார்கள். அதாவது அவர்கள் என்ன சொன்னாலும் அதற்குத் தஞ்சாவூர் தலையாட்டிப் பொம்மையைப்போல தலையாட்டிக் கொண்டே இருக்க வேண்டும் என்று நினைப்பார்கள்.

இவர்களின் நட்பு சுயநலம் சார்ந்த நட்பாகவே இருக்கும். இதில் உண்மை இருக்காது. எப்போது அவரது குரலுக்கு எதிர்க் குரலை நீங்கள் சமர்ப்பிக்கிறீர்களோ, அப்போது அவர்கள் உங்களை எதிரியாகக் கருத ஆரம்பித்துவிடுவார்கள்.

ஆக, இவர்களும் உண்மையான நண்பர்களாக இருக்கவே மாட்டார்கள்.

மது அருந்துபவராக இருந்தால் அவருடன் இணைந்து நீங்களும் மது அருந்த வேண்டும் என்று விரும்புவார். அவரோடு மது அருந்த மறுத்தால் கோபப்படுவார். தன்னைப் போலவே மது அருந்தினால் மட்டுமே நட்பாய் இருக்க முடியும் என்று கடும் நிபந்தனையை விதிப்பார்.

சில பேருடன் பேசும்போது நல்ல அதிர்வுகள் இருக்காது. எதிர்மறை உணர்வைத் தூண்டுகிற மாதிரியான அதிர்வு ஏற்படும். அப்படிப்பட்டவர்களை எக்காரணம் கொண்டும் உங்கள் நண்பராக ஏற்றுக்கொள்ளாதீர்கள்.

நல்ல நட்பு என்றால் என்ன?

தீய நட்பு என்றால் என்ன?

இந்தக் கேள்விகளுக்கான பதிலை சிறு வயதில் அன்னை தெரசாவின் வாழ்வில் நடந்த அனுபவம் ஒன்றின் மூலமாக நாம் புரிந்து கொள்ள முடியும்.

தெரசாவின் தோழியர்களில் ஒரு தீய சிநேகிதி ஒருவரும் கலந்திருப்பதை அவரது அன்னை கவனித்தார். இத்தகைய தீய நட்பு தெரசாவின் வாழ்வைத் தடம் மாற்றிவிடக் கூடும் என்று அஞ்சினார். இந்த உண்மையை தெரசா புரிந்து கொள்ளும் விதமாக எடுத்துரைக்க வேண்டும் என்று நினைத்தார்.

ஒருநாள் சிறுமி தெரசாவை அழைத்த அவரது தாயார், கூடையில் இருந்த ஆப்பிள் பழங்களைக் காண்பித்தார். பின்னர் இரு கூடைகளைக் கொடுத்து அவற்றில் அந்த ஆப்பிள் பழங்களை பிரித்து அடுக்கி வைக்குமாறு கூறினார்.

அந்தக் கூடையில் இருந்தவை அனைத்துமே நல்ல ஆப்பிள் பழங்கள்.

அப்படியே இரு கூடைகளிலும் ஆப்பிள் பழங்களை அடுக்கி வைத்தார் தெரசா.

பின்னர் அழுகிய ஆப்பிள் பழம் ஒன்றைக் கொடுத்து அதை நல்ல ஆப்பிள் பழங்கள் அடுக்கி இருந்த ஒரு கூடையில் வைக்குமாறு கூறினார்.

அப்போது தெரசா, “ஏனம்மா, நல்ல பழங்களோடு இந்த அழுகிய பழத்தையும் வைக்கச் சொல்கிறீர்கள்?” என்று கேட்டார்.

“அதற்கான விளக்கத்தை உனக்கு அப்புறமாகச் சொல்கிறேன். முதலில் நான் சொன்னதைச் செய்” என்றார் தெரசாவின் அன்னை.

சில நாட்கள் கழிந்தன.

தெரசாவை அழைத்த அவரது அன்னை, அந்த இரு கூடைகளையும் எடுத்து வருமாறு கூறினார். தெரசாவும் அப்படியே எடுத்து வந்தார்.

அழுகிய பழம் வைக்கப்பட்டக் கூடையை முதலில் திறந்தார் தெரசாவின் தாயார். அக்கூடையில் உள்ள ஆப்பிள் பழங்கள் அனைத்துமே அழுகிப் போயிருந்தன.

பின்னர் நல்ல பழங்கள் மட்டும் வைக்கப்பட்டிருந்த கூடையைத் திறந்தார். அதிலுள்ள பழங்கள் எதுவும் கெட்டுப் போகாமல் நல்லவையாகவே இருந்தன.

இப்போது தாயார் பேசினார், “ஒரேயொரு அழுகிய பழம் கூடையில் உள்ள அத்தனை நல்ல பழங்களையும் கெட்டுப்போகச் செய்துவிட்டது. அப்படித்தான் தீய நட்பும். நல்ல நண்பர்கள் எத்தனை பேர் இருந்தாலும், அவர்கள் அனைவரும் ஒரு தீய

நண்பரால் நாசமாகிவிடக்கூடும். ஒரு குடம் பாலில் ஒரு துளி விஷம் கலந்தாலும் பால் முழுவதுமே விஷமாகிப் போய்விடும்" என்று விளக்கமாகப் புரிய வைத்தார்.

இதன்பிறகு அந்தத் தீய நட்பை உதறினார் அன்னை தெரசா.

இதிலிருந்து நாம் தெரிந்து கொள்வது ஒரு நட்பைத் தேர்ந்தெடுக்கும்போது மிகக் கவனமாக இருக்க வேண்டும். பத்து

நண்பர்கள் நல்லவர்களாக இருந்து, ஒரேயொரு நண்பர் கெட்டவராக இருந்தாலே போதும். உங்கள் மொத்த பேரும் கெட்டுக் குட்டிச்சுவராகி விடுவீர்கள்.

கூடா நட்பு கேடில் முடியும்.

இதற்கான குட்டிக்கதை ஒன்றைப் பார்க்கலாம்.

சங்கமித்திரன் என்ற மன்னனுக்கு குரங்குகள் என்றால் ரொம்பவே பிடிக்கும். ஒரு குரங்கு ஒன்றைத் தனது அரண்மனை யிலேயே வளர்த்து வந்தான்.

அந்தக் குரங்கு மன்னனின் நண்பன் என்பதால் அதற்கு அங்கே பலத்த உபசாரம்தான். மன்னனின் படுக்கையறைக்குள் சுதந்திரமாக உலவுகிற அளவிற்கு அதற்கு மதிப்பும் மரியாதையும் இருந்தது.

என்னதான் இருந்தாலும் அது குரங்கு ஆயிற்றே! தன் குணத்தைக் காண்பிக்காமல் இருக்குமா என்ன?

ஒரே அட்டகாசம் செய்து வந்தது.

இதனைத் தாங்காமல் அமைச்சர்களும், மற்ற அரண்மனை ஊழியர்களும் குரங்கின் நட்பை விட்டுவிடுமாறு மன்னனுக்கு அறிவுரை வழங்கினர்.

ஆனால் மன்னனோ அதற்கு இணங்கவில்லை.

ஒருநாள் இரவு. மன்னன் உறங்கச் சென்றான். அப்போது அக்குரங்கிடம் தனக்கு விசிறி விடுமாறு கூறினான். அதுவும் அப்படியே விசிறி விட்டது. அந்த சுகத்தில் கண்ணயர்ந்து தூங்கிப் போனான் மன்னன்.

அப்போது ஈ ஒன்று மன்னனின் கழுத்தில் வந்தமர்ந்தது. இதனைப் பார்த்த குரங்கு விசிறியைப் பயன்படுத்தி அதனை விரட்டியடித்தது.

ஆனால் அந்த ஈயோ மீண்டும் மீண்டும் மன்னனின் கழுத்தில் வந்தமர்ந்து கொண்டே இருந்தது.

இது குரங்குக்குக் கோபத்தை வரவழைத்தது. "என் பேச்சைக் கேட்காமல் இருக்கும் உன்னை இப்போது என்ன செய்கிறேன் பார்" என்றவாறு மன்னனின் வாளை எடுத்து அவனது கழுத்தில் அமர்ந்திருந்த ஈயைக் கொல்வதாக நினைத்து ஒரே போடு போட்டது.

மன்னனின் கழுத்து துண்டாகி துடிதுடித்து இறந்து போனான்.

கூடா நட்பு என்பது இப்படித்தான் கேடாய் முடியும் என்பதற்கு இந்தக் கதை நல்ல உதாரணம்

ஆக, தீய நட்பு தீங்காய்த்தான் முடியும்.

ஓர் ஊரில் மூன்று இணைபிரியா நண்பர்கள் இருந்தனர். அவர்களில் ஒருவன் அங்குள்ள மிகப் பெரிய பயில்வான். மற்ற இருவரும் உடல் வலிமையற்றவர்கள்.

இருந்தாலும் அவர்கள் மூவரும் நெருக்கமான நண்பர்களாகத் தான் இருந்தார்கள்.

ஒருநாள் மூவரும் ஒரு காட்டு வழியே பயணித்துக் கொண்டிருந்தனர். நெடுந்தொலைவு சென்றுவிட்டனர்.

பசி எடுத்தது. சாப்பிடுவதற்கு எதுவும் இல்லை.

என்ன செய்வது என்று நினைத்து காட்டில் ஏதாவது கிடைக்கிறதா என்று தேடிப் பார்த்தார்கள்.

அப்போது அங்கே ஒரு பலாப் பழத்தைக் கண்டார்கள். அதனை எடுத்து உடைத்தனர்.

பசி தாங்காமல் ரொம்பவே துடித்த பயில்வான், அதை மூன்று பங்காகப் பிரிக்குமாறு நோஞ்சான் நண்பன் ஒருவனிடம் கூறினான். முதல் நோஞ்சானும் அப்படியே சரிசமமாக மூன்று பங்காகப் பிரித்தான்.

ஏற்கெனவே கொலைப் பசியில் இருந்த பயில்வான், தனது பசிக்கு இந்தப் பங்கு நிச்சயமாக போதாது என்று நினைத்தான். ஆத்திரம் அடைந்தான்.

முதல் நோஞ்சானிடம், "என்ன நீ சரி சமமாகப் பிரித்திருக் கிறாய்? நான் உங்களைப்போல நோஞ்சானா என்ன?" என்று கோபத்தோடு அவன் கன்னத்தில் ஓர் அறை கொடுத்தான்.

காதில் 'நொய்...' என்று சப்தம் கேட்க தரையில் 'தொப்'பென்று விழுந்தான் முதல் நோஞ்சான்.

உடனே இரண்டாவது நோஞ்சானைப் பார்த்து, "இந்தப் பழத்தை நீ பங்கு வை" என்று கட்டளையிட்டான்.

ஏற்கெனவே முதல் நோஞ்சானுக்கு விழுந்த அறையைப் பார்த்துப் பயந்து போயிருந்த இரண்டாவது நோஞ்சான் இரண்டு

சுளையை மட்டும்தான் எடுத்துக் கொண்டு மீதத்தை பயில்வானிடமே கொடுத்துவிட்டான்.

இதைப் பார்த்து வியந்துபோன பயில்வான், "நாம் எல்லோரும் நண்பர்கள் ஆயிற்றே! எல்லாமும் சரிசமமாகத் தானே பங்கு வைக்க வேண்டும். பின் எனக்கு மட்டும் ஏன் அதிகமான அளவு பழத்தை கொடுத்தாய்?" என்று கேட்டான்.

அதற்குப் பதிலேதும் சொல்லாமல் கீழே வலியோடு துடித்துக் கொண்டிருக்கும் முதல் நோஞ்சானைப் பரிதாபத்தோடு பார்த்தபடி, தனது கன்னத்தைக் கையால் மறைத்துக் கொண்டான் இரண்டாவது நோஞ்சான்.

நண்பன் நல்லவனாக இருப்பதை உறுதி செய்துகொண்டு தான் அவனோடு நீடித்த நட்பை உருவாக்கிக் கொள்ள வேண்டும்.

தகாத நட்பை வளர்த்துக் கொண்டால் இதுபோன்ற இடர்களைத் தான் சந்திக்க வேண்டி வரும்.

9

வாழ்வியல் தந்த வரம் நட்பு

நட்பு என்பது மதிப்பற்ற சொத்து. எவ்வளவுதான் வியர்வை சிந்தி, தேடித் தேடி சம்பாதித்து நிலபுலன்களை வாங்கிக் குவித்தாலும், வங்கியில் கோடிக் கோடியாய் சேமித்து வைத்தாலும், தங்கமாக வாங்கி வைத்தாலும் இவை அனைத்தும் ஒருநாள் காணாமல் போய்விடும்.

குறிப்பாக உயிர் பிரிந்த அடுத்த நொடிப் பொழுதிலேயே இது உங்களை விட்டுப் பிரிந்துபோய்விடும்.

ஆனால் நட்பு என்பது இறுதி வரை உங்களோடே இருக்கும். இறப்புக்குப் பிறகும் உங்களை நினைவுகூறும். உங்கள் குடும்பத்தைக் காத்தருளும்.

நட்பு என்பது நிலையற்றதல்ல.

அது நிலையானது.

நிலையான சொத்து நட்பு மட்டுமே.

உறவுகூட சொத்து, சுகம், பணம் போன்றவற்றிற்கு ஆசைப் பட்டு உங்களோடு பகை வளர்த்துப் பிரிந்து சென்றுவிடும்.

ஆனால், நட்பு இறுதி வரை உங்களைவிட்டு நீங்கவே நீங்காது.

ஒருவன் மிக உயரத்தில் கட்டப்பட்டிருந்த கயிற்றுப் பாலம் ஒன்றில் அடுத்த முனையை நோக்கி மெல்ல மெல்லக் கவனமாகச் சென்று கொண்டிருந்தான்.

பாதி வழியில் வந்தபோது பயம் வந்துவிட்டது. உடம்பு வெடவெடத்தது. கை கால்கள் நடுங்க ஆரம்பித்துவிட்டன.

மறுமுனையில் அவனது உயிர் சிநேகிதன் ஒருவன் நின்று கொண்டிருந்தான். அவனைப் பார்ப்பதற்காகத்தான் இவன் அங்கே சென்று கொண்டிருந்தான்.

“நண்பா, ரொம்பப் பயமா இருக்கு. தயவுசெஞ்சு இங்கே வந்து என்னைக் காப்பாத்தி பத்திரமா அழைத்துப் போ” என்று கத்தினான்.

ஆனால் நண்பனிடம் இருந்து எந்தவிதமான பதிலும் இல்லை.

அவனுக்குக் கேட்கவில்லை என்று நினைத்து இன்னும் உரக்கக் கத்தினான்.

அப்போதும் நண்பனிடம் இருந்து சலனமே இல்லை.

இவனுக்கு நண்பன் மீது கோபம் வந்தது. பயங்கரமான ஆபத்தில் சிக்கிக் கொண்டிருக்கும் தன்னைக் காப்பாற்ற அழைத்தால் அதைக் கேட்காத மாதிரியே நடிக்கிறானே என்று நினைத்து அதிகக் கோபமடைந்தான்.

மறுமுனைக்குச் செல்லாமல் திரும்பிவிடலாமா என்று யோசித்தான். ஆனால் பாதியளவு தூரத்தைக் கடந்து விட்ட காரணத்தால் அதுவும் சாத்தியமில்லை.

எனவே பயத்தோடு நடுங்கிக் கொண்டும், நண்பனை முடிந்த வரை திட்டிக் கொண்டும், அவனை சபித்துக் கொண்டும் மெல்ல மெல்ல அடிமேல் அடியெடுத்து வைத்து பாலத்தைக் கடந்து மறு முனையை அடைந்தான்.

நண்பனின் சட்டையைப் பிடித்து, ‘நீயெல்லாம் ஒரு நண்பனா?’ என்று கோபத்தோடு திட்ட வேண்டும் என்றபோது நண்பன் செய்த செயலைப் பார்த்து அதிர்ந்து போய்விட்டான்.

உடைந்தும், பழுதடைந்தும் காணப்பட்ட அந்த கயிற்றுப் பாலத்தை அவனது உயிர் நண்பன் தனது கைகளால் பலமாகப் பிடித்துக் கொண்டிருந்தான்.

அதாவது இவன் பத்திரமாக வந்து சேர வேண்டும் என்ற நல்ல நோக்கத்தில்தான் அவன் இருந்திருக்கிறான்.

இதுதான் உண்மையான நட்பு.

அவசரத்துக்கு உதவுவது மட்டுமல்ல, அந்த உதவி நிரந்தர உதவியாகவும் இருக்க வேண்டும்.

இப்படிப்பட்ட நிரந்தரமான உதவியை நண்பன் ஒருவனால் மட்டுமே அளிக்க முடியும்.

நல்ல நட்பு என்பது நமக்கு நண்பன் உதவ வேண்டும் என்ற எண்ணம் மட்டுமல்ல, நண்பனுக்கு நாமும் உதவ வேண்டும் என்ற எண்ணமும் கலந்ததாக இருக்க வேண்டும்.

ஒரு வேடன் வேட்டையாடுவதற்காகக் காட்டிற்குச் சென்றான். ஒரு மானைப் பார்த்தான். உடனே தனது விஷம் தோய்ந்த அம்பைக் குறிபார்த்து எய்தான்.

ஆனால் பாவம் குறி தவறிவிட்டது. அம்பு மானை விட்டு விட்டு அருகிலிருந்த மரத்தைத் தாக்கியது.

விஷம் தோய்த்த அம்பு என்பதால் நாளடைவில் அந்த மரம் பட்டுப்போனது.

அந்த மரத்தின் பொந்தில் நீண்ட நாட்களாக வசித்துவந்த கிளி ரொம்பவும் வருத்தமடைந்தது. மரம் காய்ந்து போனாலும் அதனை விட்டு வேறு மரம்தேடிப் போகவில்லை.

இவ்வாறு அந்த மரத்திலேயே குடியிருந்த கிளியைப் பார்த்து இறைவனுக்கே வியப்பு மேலிட்டது. உடனே மனித உருவெடுத்த ஆண்டவன் அந்தக் கிளியிடம் போய், “இந்த மரம் காய்ந்து எந்த நேரத்திலும் விழுந்து மறையப் போகிறது. ஆனால் நீ இன்னும் இதையே நேசித்துக் கொண்டு இங்கிருந்து விலகாமல் இருக்கிறாயே ஏன்?” என்று கேட்டார்.

“இந்த மரம் அனைத்து வகையிலும் சிறந்தது. நான் இங்கு தான் பிறந்தேன். இங்குதான் வளர்ந்தேன். எனக்குப் பல வகையிலும் பாதுகாப்பு அளித்து வந்தது. உண்பதற்கு கனிகளையும் தந்தது. இப்போது காய்ந்து போய்விட்டது என்பதற்காக நன்றி விசுவாசம் இல்லாமல் விலகிப் போவது மோசமான செயல் என்று

நினைக்கிறேன். நட்பு என்பது நன்றி மறவாமல், கடைசி வரை நீடித்து நிற்க வேண்டும் என்று நினைக்கிறேன்" என்று உணர்ச்சி பூர்வமாகப் பேசியது அந்தக் கிளி.

இதைக் கேட்டதும் கடவுளே சிலிர்த்துப் போய்விட்டார். கிளியிடம், "உன்னுடைய நட்பின் தீவிரம் என்னை ஆட்கொண்டு விட்டது. உனக்கு ஏதாவது செய்ய வேண்டும் என்று என் மனம் விரும்புகிறது. என்ன வரம் வேண்டும் கேள்" என்றார்.

அதற்கு கிளி, "இந்த மரம் மீண்டும் பழைய மாதிரி பூத்துக் குலுங்க வேண்டும்" என்று வரம் கேட்டது.

இந்தக் கிளியைப் போல துன்பத்திலும் பங்கு கொள்ளும் நட்புதான் உண்மையான நட்பாக விளங்கும். விளங்க முடியும்.

நம்பிக்கை மிகுந்த நட்பு என்பதற்கு மாமேதை சாக்ரடீஸ் வாழ்வில் நிகழ்ந்த ஒரு சம்பவத்தை நாம் எடுத்துக் கொள்ளலாம்.

ஒருமுறை சாக்ரடீஸ் ஓய்வு எடுத்துக் கொண்டிருந்தபோது தெரிந்தவர் ஒருவர் அங்கு வந்தார். வந்தவர் சாக்ரடீஸின் நெருங்கிய நண்பர் ஒருவரைப் பற்றி ஏதோ கூற முயன்றார்.

அதற்கு சாக்ரடீஸ், "என் நண்பரைப் பற்றி நீங்கள் ஏதோ கூற விரும்புகிறீர்கள். அது நல்லதா அல்லது தவறானதா என்பது எனக்குத் தெரியாது. ஆனால் நீங்கள் பேசப்போவது எனது நண்பரைப் பற்றி என்பதால் முதலில் நான் மூன்று கேள்விகளை உங்களிடம் கேட்பேன். அந்த மூன்று கேள்விகளுக்கும் 'ஆம்' என்ற பதிலை நீங்கள் கூறினால் மட்டுமே நண்பரைப் பற்றி என்னிடம் நீங்கள் கூறலாம்" என்றார்.

சற்று நேரம் யோசித்த அந்த தெரிந்தவர், பிறகு 'சரி' என்று சம்மதித்தார்.

முதல் கேள்வி, "என் நண்பர் செய்த செயலை நேரடியாகப் பார்த்துவிட்டுத்தான் என்னிடம் அவரைப் பற்றிக் கூறுகிறீர்களா?"

இதற்கு, "இல்லை' என்ற பதிலே வந்தது.

இரண்டாவது கேள்வி. "அவரைப் பற்றிய நல்ல விஷயத்தைக் கூறப்போறீர்களா?" என்று கேட்டார் சார்டீஸ்.

இதற்கும், "இல்லை என்றே பதில் சொன்னார்.

"நண்பரைப் பற்றி என்னிடம் நீங்கள் கூறினால் அதனால் யாராவது பயனடைவார்களா?" என்று தனது இறுதிக் கேள்வியைக் கேட்டார் சாக்ரடீஸ்.

இதற்கும், ‘,இல்லை’ என்ற பதிலையே தெரிவித்தார் அவர்.

“அப்படியானால் நேரடியாக நீங்கள் பார்க்காத ஒன்றை, நல்ல விஷயம் இல்லாத ஒன்றை, யாருக்குமே பயனளிக்காக விஷயத்தை என்னிடம் எதற்காகக் கூற விரும்புகிறீர்கள்? அதை நான் கேட்டு என்ன செய்யப் போகிறேன்?” என்று எதிர் கேள்வியைக் கேட்டார்.

நட்பு என்பது இப்படித்தான் இருக்க வேண்டும்.

உங்களின் நட்பைப் பிரிக்க வேண்டும் என்பதற்காகவே மூன்றாம் நபர் கூறும் தவறான விஷயங்களைக் காதில் வாங்கிக் கொள்ளவே கூடாது.

மட்டுமல்லாமல் இப்படிப்பட்ட காரியத்தை அவர் எவரிடமும் காண்பிக்க முடியாத அளவிற்கு புத்தியில் உரைக்கிற அளவிற்கு அறிவுறுத்தி அனுப்ப வேண்டும்.

நல்ல நட்பு என்பது ஆரோக்யமானது.

அது தவறான தகவல்களை ஒருபோதும் ஏற்றுக்கொள்ளத் துணியாது.

சரி, நல்ல நண்பனை எப்படி அடையாளம் கண்டுகொள்வது என்ற கேள்வி உங்களுக்கு எழலாம்.

இதற்கு சூடான் நாட்டில் மக்களிடையே புழங்கிவரும் ஒரு குட்டிக் கதையைக் கூறுவது சிறப்பாக இருக்கும்.

சூடான் நாட்டு மன்னர் ஒருவருக்கு அனந்தா என்றொரு ஆண் குழந்தை பிறந்தது. அவன் பிறந்த சில மாதங்களிலேயே அதிகக் குடிப்பழக்கம் காரணமாக நோய்வாய்ப்பட்ட மன்னர் இறந்து போனார்.

எனவே ராணியின் பராமரிப்பில் அனந்தா வளர்ந்து வந்தான். தனது கணவனைப்போல அனந்தாவும் தீய பழக்கத்திற்கு அடிமையாகிவிடக் கூடாது என்பதில் மிகக் கவனமாக இருந்தாள் ராணி.

நன்றாக வளர்ந்து இளவரசனாக அனந்தா ஆனதும் ஒரு நாள் அவனை அழைத்து நல்ல நண்பனைக் கண்டுபிடிப்பது எப்படி என்பதற்கு ‘மூன்று முட்டை மந்திரம்’ ஒன்றைச் சொல்லிக் கொடுத்தார்.

அதென்ன மூன்று முட்டை மந்திரம்?

அதாவது ஒருவனை நண்பனாக்கிக் கொள்ள விரும்பினால் அப்போது அவனுக்கு மூன்று அவித்த முட்டைகளை விருந்தாகக்

கொடுத்து உண்ணச் சொல்ல வேண்டும். அந்த முட்டைகளை அவர்கள் எப்படி உண்கிறார்கள் என்பதைப் பொறுத்து நண்பனாக்கிக் கொள்ளலாம் என்பதுதான் இந்த மந்திரத்தின் உட்பொருள்.

அமைச்சர் ஒருவரின் மகன் அனந்தாவுடன் நெருங்கிப் பழகி வந்தான். இருவரும் ஒன்றாகப் போர்ப் பயிற்சிகளை மேற்கொண்டு வந்தனர். எனவே அவனைத் தனது நண்பனாக ஏற்றுக்கொள்ள அனந்தாவின் மனம் விரும்பியது. எனினும் அவன் நல்ல நண்பனாக இருப்பானா என்பதைக் கண்டறிய மூன்று முட்டை மந்திரத்தைப் பயன்படுத்த நினைத்தான்.

அவனை ஒருநாள் விருந்துக்கு அழைத்து முதலில் மூன்று அவித்த முட்டைகளை உண்ணக் கொடுத்தான். அவனோ அதில் ஒரேயொரு முட்டையை மட்டும் உண்டுவிட்டு இரண்டு முட்டைகளை அனந்தாவிடமே திருப்பிக் கொடுத்துவிட்டான்.

இதனைத் தனது அன்னையிடம் தெரிவித்த அனந்தா, அவனைத் தனது நல்ல நண்பனாக ஏற்றுக்கொள்ளலாமா என்று யோசனை கேட்டான்.

அதற்கு அவனது அன்னை, “உன்னிடம் நல்ல பேர் வாங்க வேண்டும் என்பதற்காகவே இரண்டு முட்டைகளைக் கொடுத்துள் ளான். எனவே இவன் நிச்சயமாக நல்ல நண்பனாக இருக்கவே மாட்டான்” என்று விளக்கம் கூறினார் அனந்தாவின் அன்னை.

சில நாட்கள் கழிந்தன.

இப்போது அந்நகரின் பெரு வணிகர் ஒருவரது மகனின் நட்பு அனந்தாவிற்குக் கிடைத்தது. அன்னையின் யோசனைப்படி அவனையும் விருந்துக்கு அழைத்தான். அதேபோல மூன்று அவித்த முட்டைகளை உண்பதற்காகக் கொடுத்தான்.

அவனோ மூன்று முட்டைகளையும் வாங்கி இம்மியளவுகூட மீதம் வைக்காமல் அத்தனையையும் சாப்பிட்டு விட்டான்.

இதையும் அன்னையிடம் விளக்கமாகத் தெரிவித்தான்.

“அன்னையோ, “இவனுக்கு உன்மீது ஆர்வமே இல்லை. எனவே இவனோடு நட்பு வைத்துக்கொள்வது நல்லதே கிடையாது” என்று தடுத்துவிட்டார்.

அடுத்தும் இதேபோல ஒரு நிலச்சுவான்தார் மகனின் நட்பு அனந்தாவிற்குக் கிடைத்தது. சோதிப்பதற்காக அவனையும் அழைத்து மூன்று அவித்த முட்டைகளோடு விருந்தளித்தான்.

இவனோ, மூன்று முட்டைகளையுமே திருப்பி அவனுக்கே கொடுத்துவிட்டான்.

இதையும் அப்படியே தாயிடம் கூறினான்.

அவன் தாய், "இவன் உன்னை மதிக்கவே இல்லை. திரும்ப உன்னிடமே தந்துவிட்டான் அல்லவா! எனவே இவன் நட்பும் உனக்கு சரிப்பட்டு வராது" என்றாள்.

பின்னர் ஒரு விறகுவெட்டி மகனின் நட்பு கிடைத்தது. அவனையும் அப்படியே ஒருநாள் விருந்துக்கு அழைத்தான். முட்டைகளை முதலில் கொடுத்தான்.

அதைப் பார்த்த விறகுவெட்டியின் மகன், ஒரு கத்தி தருமாறு கேட்டுக்கொண்டான். கத்தி வந்ததும் ஒரு முட்டையை சரிபாதியாகக் கீறினான். ஒன்றரை முட்டையை அவன் உண்டு விட்டு, மீதமுள்ள ஒன்றரை முட்டையை அனந்தாவிடம் கொடுத்தான்.

இந்த விஷயத்தைக் கேட்ட அனந்தாவின் அன்னை, "இவன் தான் உண்மையான நண்பன். உன்னைச் சமமாக மதிக்கிறான். என்றென்றும் உன்னோடு உண்மையான நட்பைக் கொண்டிருப் பான்" என்று இந்த நட்புக்கு பச்சைக்கொடிக் காண்பித்தார் அன்னை.

இதன்பிறகு அந்த நண்பனுக்கு போர்ப் பயிற்சிகளை அளிக்க உத்தரவிட்ட அனந்தா, தனக்கு அமைச்சராகவும் நியமித்துக் கொண்டான்.

அவர்கள் இருவரும் இணைந்து நல்லாட்சியை நடத்தினர்.

அதேபோல நண்பர் என்ற நினைப்பில் சுயலாபத்திற்காக அவரது அதிகாரத்தைப் பயன்படுத்தச் சொல்வதும் தவறானது. நிறைய பேர் ஒருவரோடு நட்பு கொள்ள நினைக்கிறபோது அவர் என்ன பணியாற்றுகிறார் என்பதைக் கேட்டுத் தெரிந்துகொண்டு நட்பு கொள்கிறார்கள்.

அதாவது வங்கி மானேஜர் என்றால் ஏதாவது லோன் வாங்குவதற்கு இவரது உதவியைப் பெறலாம் என்று நினைத்து நெருங்கிப் பழகுவார்கள்.

போக்குவரத்து காவல்துறை அதிகாரி என்றால் வாகனம் ஓட்டிச் செல்கிறபோது ஏதாவது பிரச்சனையில் சிக்கிக் கொண்டால் இவரது உதவியை நாடித் தப்பிக்க ஏதுவாக இருக்கும் என்று நினைத்து நட்பைப் பிணைத்துக் கொள்வார்கள்.

ஆனால் ஏதாவது ஒன்றை எதிர்பார்த்துப் பழக்கம் வைத்துக் கொள்வது தவறானது. அந்த எதிர்பார்ப்பு நிகழாமல் போகிற போது ஆத்திரமும் கோபமும் வரும். அந்த நட்பையே துண்டித்து விடவும் செய்யும்.

இதற்கு மகாத்மா காந்தியின் வாழ்வில் நிகழ்ந்த ஒரு சம்பவத்தை உதாரணமாகக் கூறலாம்.

போர்பந்தர் மன்னரின் உதவியாளராகப் பணியாற்றினார் காந்தியின் மூத்த சகோதரர். இந்நிலையில் தவறான யோசனை ஒன்றைக் கூறினார் என்று குற்றம்சாட்டி காந்தியின் சகோதரர் மீது விசாரணை நடத்த உத்தரவிட்டார் மன்னர்.

இதனை விசாரணை செய்யும் அதிகாரம் ஆங்கிலேய அரசப் பிரதிநிதி ஒருவரிடம் ஒப்படைக்கப்பட்டது.

இந்த ஆங்கிலேயப் பிரதிநிதி காந்தியின் நெருங்கிய நண்பர். எனவே அவரை அணுகி தனக்கு வேண்டிய உதவியைச் செய்து தருமாறு கேட்கச் சொன்னார் காந்தியின் சகோதரர்.

காந்திக்கு இதில் விருப்பம் இல்லை என்றபோதிலும் சகோதரனின் மீதான பாசத்தின் காரணமாக வேறு வழியின்றி ஆங்கிலேயப் பிரதிநிதியைச் சந்தித்தார்.

முதலில் அவருடனான நட்பை நினைவூட்டிய காந்திஜி, பின்னர் தனது சகோதரர் வழக்கைப் பற்றி அவரிடம் பேசினார்.

ஆனால் இதனை ஆங்கிலேயர் விரும்பவில்லை. "நமது நட்பு வேறு. இது வேறு. நட்பைப் பயன்படுத்திக் கொண்டு உங்கள் சகோதரருக்காக நீங்கள் பரிந்துரை செய்வதை நான் அனுமதிக்க முடியாது. ஏதேனும் சொல்ல விரும்பினால் அதை அவரே முறைப்படி எழுத்துமூலம் தெரிவிக்கட்டும்" என்று ரொம்பக் கறாராகக் கூறிவிட்டார்.

காந்தியோ மீண்டும் மீண்டும் தனது சகோதரருக்காக அவரிடம் பேசிக் கொண்டிருந்தார்.

இதனால் அதிகக் கோபமடைந்தார் ஆங்கிலேயர்.

"நீங்கள் வெளியே போகலாம்" என்றார் ரொம்பக் கடுமையாக.

அதன்பின்னரும் அங்கிருந்து செல்லாமல் காந்திஜி நின்று கொண்டிருக்கவே தனது வேலையாளை அழைத்து அவரை வெளியேற்றுமாறு உத்தரவிட்டார். வேலையாள் காந்திஜியின் கழுத்தைப் பிடித்து வெளியே தள்ளினான்.

ஆத்திரமும் அவமானமும் அடைந்த காந்திஜி அந்த ஆங்கிலேய அதிகாரி மீது சட்டப்படி நடவடிக்கை எடுக்க விரும்பினார். அதற்கான முயற்சிகளிலும் ஈடுபட்டார்.

ஆனால் அனுபவமுள்ள வழக்கறிஞர்கள் சிலர் அதனைத் தடுத்து நிறுத்தினார்கள்.

எனினும் இந்நிகழ்ச்சிக்குப் பிறகு, 'எக்காரணம் கொண்டும் இனிமேல் சுயநலத்திற்காக நட்பைப் பயன்படுத்திக் கொள்ள மாட்டேன்" என்று உறுதியெடுத்துக் கொண்டார்.

இதுதான் உண்மை.

நட்பை நட்புக்கு மட்டுமே பயன்படுத்திக் கொள்ள வேண்டும். சுயநலத்திற்காகப் பயன்படுத்துவது நட்பையே கேலிக்கூத்தாக்கி விடும்.

நட்பில் விரிசல் விழுந்துவிடும்.

நட்பு என்பது அன்பில் திளைத்தோங்க வேண்டும். அதிகாரத்தின் மூலம் நட்பை விலைக்கு வாங்கினால் அது நிஜ நட்பாக இருக்கவே இருக்காது.

புலி ஒன்று காட்டிலிருந்து வழி தவறி ஊருக்குள் வந்து விட்டது.

ஒரு பிரம்மாண்டமான நிறுவனத்தின் கழிவறைக்குள் சென்று பதுங்கிக் கொண்டது.

இரண்டு மூன்று தினங்கள் இருட்டான ஒரு பகுதியில் ஒளிந்து கிடந்த அந்தப் புலிக்குப் பசி வயிற்றைக் கிள்ளியது.

அப்போது கழிவறைக்கு வந்த ஒருவரை அடித்துக் கொன்று தின்றுவிட்டது.

அந்த ஆள் அந்த நிறுவனத்தில் பணியாற்றிய சூப்பர்வைசர் அவர் ஊழியர்களுடன் நல்ல தோழமையோடு நடந்து கொண்டது கிடையாது. அதனால் அதிகாரி என்ற பயத்தோடுதான் அனைவரும் அவர்களிடம் பழகிவந்தனர்.

எனவே சூப்பர்வைசர் காணாமல் போனதைப் பற்றி யாரும் பெரிதாக எடுத்துக் கொள்ளவில்லை. எங்கோ வெளியே போயிருக்கிறார் என்று நினைத்துவிட்டனர்.

மீண்டும் இரண்டு தினங்கள் கழிந்தன.

புலிக்குப் பசி வந்தது.

அப்போதும் ஒருவர் கழிவறைக்குள் வந்ததும் அவரையும் அடித்துக் கொன்று தின்றது.

இப்போது வந்தவர் உதவி மானேஜர். இவரும் அதிகாரத்தைப் பயன்படுத்தியே அனைவரோடும் மிரட்டல் தொனியில் பழகி வந்த காரணத்தால் இவர் காணாமல் போனதையும் யாரும் பெரிதாக எடுத்துக் கொள்ளவில்லை.

இவ்வாறு இரண்டு பேரை அடித்துக் கொன்றதால் காட்டை விடவும் வசிப்பதற்கு உகந்த இடம் இதுதான் என்று முடிவெடுத்து அங்கேயே நிரந்தரமாகத் தங்கிவிட உறுதியெடுத்தது.

இரண்டு மூன்று தினங்கள் கழிந்தன.

மறுபடியும் பசியெடுத்தது புலிக்கு.

கழிவறைக்குள் நுழைந்த ஒரு நபரை அடித்துக் கொன்று விட்டது.

ஆனால் இப்போது வந்த நபர் ஊழியர்களுக்கு டீ, காபி கொண்டுவரும் கடைநிலை ஊழியர். எல்லோரிடமும் சகஜமாகப் பழகக் கூடியவர். நட்பு பாராட்டியவர்.

அதைவிட முக்கியமானது குறிப்பிட்ட நேரத்திற்கு சோம்பலைப் போக்கிட சூடாகக் காபி தருபவர். எனவே அனைவரும் அவரைத் தேட ஆரம்பித்துவிட்டனர்.

எங்கெல்லாமோ தேடி கடைசியில் கழிவறைக்கு வந்து தேடிய போதுதான் அங்கே மறைந்திருந்த புலியைக் கண்டுபிடித்தனர்.

பிறகு வனக்காவலர்கள் வரவழைக்கப்பட்டு புலியைப் பிடித்து மிருகக்காட்சி சாலைக்குக் கொண்டு சென்றனர்.

சூப்பர்வைசரும், மானேஜரும் காணாமல் போனதைப் பற்றிக் கவலைப்படாதவர்கள், டீ, காபி விற்பவர் காணாமல் போனதும் கவலைப்பட்டனர்.

ஆக, நட்பு என்பது அதிகாரம், ஆணவம் ஆகியவற்றை அடித்தளமாகக் கொண்டிருக்கக் கூடாது.

அது உண்மையான நட்பாக இருக்காது..

அன்பையும், பாசத்தையும் அடித்தளமாகக் கொண்ட நட்பு என்றென்றும் நிலைத்து நிற்கும்.

அனைவரின் உள்ளமும் உறுதியாகப் பற்றி நிற்கும்.

அண்மையில் சுவீடன் நாட்டில் குழந்தைகளின் நட்பு பற்றிய ஆய்வு ஒன்றை மேற்கொண்டது. அதில் நாளுக்கு நாள் இவர்களின் நட்பு வட்டாரம் குறைந்து வருவதாகவும், உண்மையான நிஜ வாழ்க்கையில் குழந்தைகள் மிகக் குறைவான நண்பர்களையே கொண்டுள்ளதாகவும் தெரிவிக்கப்பட்டுள்ளது.

இன்றைய காலக்கட்டத்தில் குழந்தைகள் பொதுவாக அதிக அளவு நண்பர்களை சமூக வலைத் தளங்கள் மூலமாக மட்டுமே பெற்று வருவதாகவும் அந்த ஆய்வு தெரிவிக்கிறது.

11 வயது, 13 வயது மற்றும் 15 வயதுக்கு உட்பட்ட 66 ஆயிரம் குழந்தைகளிடம் இந்த ஆய்வு நடத்தப்பட்டது. இதில் தொலைத் தொடர்பு சாதனங்கள் மூலமாகவே 81 சதவீதம் குழந்தைகள் நண்பர்களைப் பெற்றுள்ளனர் என்பது தெரியவந்துள்ளது.

கடந்த 2010ஆம் ஆண்டு மட்டும் வாரத்தில் மூன்று நாட்கள் சமூக வலைத்தளங்களைப் பயன்படுத்தி வந்தது கண்டறியப்பட்டது. இது ஆரோக்கியமற்ற சூழல் என்றும், இதனால் குழந்தைகளுக்கு நிறைய பாதிப்புகள்தான் ஏற்படும் என்றும் ஆய்வாளர்கள் எச்சரிக்கின்றனர்.

தற்போதைய குழந்தைகள் தம்மைச் சுற்றியுள்ள அறிமுகமான நண்பர்களிடம் நெருங்கிப் பழகுவது என்பது வெகுவாகவே குறைந்து வருவதாகவும், அதே நேரத்தில் முகம் தெரியாத நட்புகளில் மட்டுமே குழந்தைகள் அதிக ஆர்வம் உடையவர்களாக இருப்பதாகவும் அந்த ஆய்வு மேலும் தெரிவிக்கிறது.

வின்னிபெக் பல்கலைக் கழகப் பேராசிரியர் பெவர்லி ஃபெர் கூறும் தகவல் அதிர்ச்சியளிப்பதாக உள்ளது. அதாவது, “ஐம்பது சதவீத விவாகரத்துகளில் நண்பர்களின் பங்கு முக்கியமாக இருக்கிறது” என்கிறார் அவர்.

ஒருவரின் வாழ்க்கை நிலையைத் தீர்மானிக்கும், முடிவெடுக்கும் செயல்கள் கூட நண்பர்களின் வசமே இருக்கிறது என்பதுதான் அவரது கருத்து.

மிக முக்கியமான தருணத்தில் முடிவெடுக்க நண்பர்களின் ஆலோசனைகளும், யோசனைகளும் பிரதான பங்கு வகிக்கிறது. உடல்நலம், மனநலம் ஆகிய இரண்டிலும் நண்பர்களே அதிகப் பங்கினை வகிக்கிறார்கள் என்று அழுத்தம் திருத்தமாகவே பேராசிரியர் கூறியுள்ளார்.

ஆய்வுகளும், அறிஞர்களும் இவ்வாறு நட்பைப் பற்றிப்

பல்வேறு கருத்துக்களைக் கூறியிருந்தாலும் நாமும் சுயபுத்தியோடு சிந்திக்க வேண்டியதும் இன்றியமையாதது.

சில பேர் நண்பர்களை மாற்றிக் காட்டுகிறேன் பார் என்று சவால் விட்டுத் தானே மாறி விடுவதும் உண்டு.

இதுபோன்ற கேலிக்கூத்துகளை உங்களில் பலரும் உங்கள் வாழ்வில் நிச்சயமாகப் பார்த்திருக்கலாம்.

ஒரு சிறுவன் தனது பள்ளி வாழ்க்கையைத் தமிழ் மீடியத்திலேயே படித்த காரணத்தால் அவனால் ஆங்கிலத்தில் சரளமாகப் பேச முடியாமல் இருந்தது. திக்கித் திணறி தமிழும், ஆங்கிலமும் கலந்து பேசுவான்.

தனது மகன் ஆங்கிலத்தில் சரளமாகப் பேசினால்தான் பெருமை என்று நினைத்த அவனது பெற்றோர் ஆங்கிலப் பேராசிரியர் ஒருவரிடம் சிறந்த ஆங்கிலப் பயிற்சி அளிக்க அனுப்பி வைத்தார்கள்.

ஓரிரு மாதங்கள் கழிந்தன. தனது மகனின் ஆங்கிலப் புலமை எந்த அளவிற்கு இருக்கிறது என்பதைத் தெரிந்து கொள்வதற்காக அந்த ஆங்கிலப் பேராசிரியரைச் சந்திக்கச் சென்றனர் சிறுவனின் பெற்றோர்.

பேராசிரியரிடம் மகனைப் பற்றிப் பேசியபோது அவர் ஆங்கிலத்தைத் தப்பும் தவறுமாக, தமிழ் கலந்து பேசியதைப் பார்த்து மிரண்டு போயினர்.

அதாவது சிறுவனை சிறப்பாக ஆங்கிலத்தில் பேச வைப்பதற்குப் பதிலாக, சிறுவனின் கொச்சையான ஆங்கிலத்தில் அந்த பேராசிரியர் பேச ஆரம்பித்துவிட்டார்.

அதாவது சிறுவனை பேராசிரியர் மாற்றுவதற்குப் பதிலாக, பேராசிரியரை சிறுவன் மாற்றிவிட்டான்.

இதிலிருந்து நாம் ஒன்றைத் தெளிவாகப் புரிந்து கொள்ள முடிகிறது. நல்ல நண்பர்களைத் தேர்ந்தெடுத்துப் பழகினால் நல்ல பண்புகள் நம்மை வந்து சேரும்.

தீய நண்பர்களிடம் பழக்கம் வைத்துக் கொண்டால் தீய பண்புகள்தான் வந்து சேரும்.

எனினும் நட்பு முக்கியம்.

அது நல்ல நட்பாக இருப்பது இன்னும் முக்கியம்.

10

தராசிலிட்டுப் பாருங்கள்

சிலர் சுயநலமிகளாக இருப்பார்கள். தங்களது சொந்தக் காரியங்களுக்காகவே நண்பர்களாக்கிக் கொள்வார்கள். தங்கள் செயல் முடிந்ததும் 'நீ யாரோ, நான் யாரோ' என்கிற மாதிரி நடந்து கொள்வார்கள்.

குறிப்பாக காரியம் ஆகிற வரை எங்கே பார்த்தாலும் முகம் மலர சிரிப்பை உதிர்ப்பார்கள்.

வாட்ஸ் அப்பில் காலை வணக்கம், இரவு வணக்கம் எல்லாம் தவறாமல் வந்து விழும்.

காரியம் முடிந்த பிறகு அந்த நபர் எங்கே இருக்கிறார் என்றே உங்களால் கண்டுபிடிக்க முடியாது. காலை வணக்கம், இரவு வணக்கம் எல்லாம் வருவதில்லை. வெளியே எங்காவது தப்பித் தவறிப் பார்க்க நேர்ந்தால் கண்டும் காணாத

மாதிரி போய்க் கொண்டே இருப்பார். ஒரு மெல்லிய புன்னகையைக்கூடப் பார்க்க முடியாது.

இவை அனைத்திற்கும் மேலாக செல்பேசியில் அழைத்துப் பேசினால், "ஹலோ, யாரது?" என்று உறுமலோடு கேட்பார்.

உங்கள் பெயரைச் சொன்னதும், "நான் புது போன் வாங்கிட்டேன். அதிலே அப்டேட் பண்றப்ப உங்க பேர் எப்படியோ ஆகாம போயிடிச்சி போல. அதனால பேரில்லாம வந்திச்சா கண்டுபிடிக்க முடியலை" என்பார்.

ஆனால் உண்மையிலேயே உங்கள் பெயர் அவர் போனில் வந்திருக்கும். அத்தனையும் நடிப்பு.

ஏனென்றால் உங்களால் அவருக்கு இப்போது காரியம் ஏதும் ஆக வேண்டியதில்லை.

ஆனால் அதன்பிறகு எப்போதாவது மீண்டும் காரியம் ஆக வேண்டிய சூழல் ஏற்பட்டால், கூசாமல் உங்களைப் பார்த்து சிரிப்பதும், குட் மார்னிங் சொல்வதும், ஹலோ என்பதும் வேகமெடுக்கும்.

ஆக, ஒருவரை உங்கள் நண்பராக்கிக் கொள்வதற்கு முன்பாக அவர் எப்படிப்பட்டவர் என்பதைத் தெளிவாகத் தெரிந்து கொள்ள வேண்டும்.

அவருடைய நண்பர்கள் யார் யாரென்று தெரிந்துகொண்டு அவர்கள் எப்படிப்பட்டவர்கள் என்பதைத் தெரிந்து கொண்டாலே இவரைப் பற்றி நீங்கள் ஒரு முடிவிற்கு வந்துவிட முடியும்.

மட்டுமல்லாமல் அவரைப் பற்றி அவர் வீட்டிற்கு அருகே உள்ளவர்கள் என்ன மாதிரியான மதிப்பை வைத்திருக்கிறார்கள் என்பதன் மூலமும் அவர் உங்களுக்கு நண்பராகத் தகுதியானவரா, இல்லையா என்பதை நீங்கள் தெரிந்துகொள்ள முடியும்.

மற்றவர்களிடம் அன்பாகவும், நட்பாகவும் பழகாதவர் உங்களிடம் மட்டும் எப்படி நட்புடன் பழக முடியும்? உதவும் மனப்பான்மை கிஞ்சித்தும் இல்லாத ஒருவரை நண்பராக நீங்கள் எப்படி ஏற்றுக்கொள்ள முடியும்?

நேர்மை, பொறுமை, சத்தியம், உண்மை போன்ற நற்பண்புகள் இல்லாத ஒருவரை நண்பராகத் தேர்ந்தெடுத்தால் அது எப்படி நல்ல நட்பாகவும், நீண்ட காலத் தோழமையாகவும் இருக்க முடியும்?

நண்பர்களிடம்தான் அந்தரங்க விஷயங்களைக்கூட மனம்விட்டுப் பேச முடியும்.

ஆனால் அந்த நட்பு போலியானதாக அமைந்துவிட்டால் நீங்கள் எப்படி மனம்விட்டுப் பேச முடியும்?

நல்ல ஆலோசனைகளைக் கேட்க முடியும்?

உங்கள் வாழ்க்கையின் சுக துக்கங்களைப் பகிர்ந்து மன ஆறுதல் பெற முடியும்?

ஒருவரின் உண்மையான குணத்தையும், தன்மையையும் தெரிந்து கொள்வதற்குப் பொறுமை தேவை. நிஜ வாழ்வில் அவர் எப்படிப்பட்டவர் என்பதைப் புரிந்து கொள்வதற்குக் கால அவகாசமும் தேவை.

நல்ல நண்பர்தானா என்பதைத் தெரிந்து கொள்வதற்குச் சில முக்கியமான விஷயம் ஒன்றை அவரோடு கலந்து பேசவேண்டும். அவரிடம் விவாதிக்கவும் வேண்டும்.

இதுதொடர்பாக அவர் எதிர்வினையாற்றுகிறபோதுதான், அவர் உண்மையிலேயே எப்படிப்பட்டவர் என்பதை நன்றாக விளங்கிக் கொள்ள முடியும்.

அவரது உண்மையான குணம், சுபாவம், நோக்கம், மதிப்பீடு போன்றவற்றை உங்களால் சிறப்பாகக் கணிப்பதற்கு இது உதவும்.

ஒன்றை மட்டும் நாம் தெளிவாக உணர்ந்து கொள்ள வேண்டும். பிறரைப் பற்றி உங்களிடம் குறை சொல்பவர்களாக இருந்தால், நிச்சயம் அவரோடு நட்பைத் தொடரக்கூடாது. அவர் நிச்சயம் நல்ல நண்பராக இருக்கவே மாட்டார்.

ஏனென்றால் அவர் நீங்கள் இல்லாத நேரத்தில் உங்களைப் பற்றியும் பிறரிடம் குறைகூறுவார் என்பது மட்டும் உறுதி.

இதுபோலக் குறைகூறுபவர்களால் நல்ல நண்பர்களை எளிதாகப் பிரித்து வைக்க முடியும். சிறிய விஷயத்தைக்கூடப் பெரிய விஷயமாக்கி மிகப் பெரிய சண்டையையே உருவாக்கிட முடியும்.

நம்பிக்கையானவரா, இல்லையா என்பதையும் தெளிவாகத் தெரிந்து கொள்ள வேண்டும்.

நம்பிக்கை என்பது அவரிடம் கேட்காமலேயே அவரது உதவி கிடைக்கும் என்று உறுதியாக எதிர்பார்த்து செயலை முன்னெடுத்துச் செல்வது.

'என்னிடம் ஏன் முன்பே சொல்லவில்லை?' என்ற கேள்வியே கேட்காமல் செயலாற்றுவதுதான் நம்பிக்கையான நட்பு.

சில நண்பர்கள் இருக்கிறார்கள். தானே முன்னால் வந்து அனைத்தையும் செய்து முடிப்பதாக ஒரு முறையல்ல, பல முறை அழுத்தமாகக் கூறுவார்கள்.

நீங்களும் அந்த நண்பர் செய்வார் என்று அந்தப் பணிகளில் அதிகக் கவனம் செலுத்தாமல் அடுத்த வேலையைப் பார்த்துக் கொண்டிருப்பீர்கள்.

ஆனால் மனிதர் குறிப்பிட்ட நேரத்தில் காணாமல் போய் விடுவார். எங்கு வலைவீசித் தேடினாலும் சிக்கவே மாட்டார். அந்த நெருக்கடியான நேரத்தில் விழிபிதுங்கிவிடும்.

அனைத்தும் நல்லபடியாக முடிவடைந்த பிறகு மனிதர் உங்களிடம் வந்து, குறிப்பிட்ட செயலைச் செய்ய முடியாமல் போனதற்கு ஏதேதோ சாக்குப்போக்குகளைக்கூறி சமாளிப்பார்.

இவர் நம்பிக்கைக்குரியவர் கிடையாது.

இப்படிப்பட்டவரோடு நீங்கள் நட்பு பாராட்டினால் அதனால் உங்களுக்குத் துன்பம்தான் அதிகமாகுமே தவிர உங்களால் நிம்மதியாக வாழவே முடியாது.

தன்னலமற்றவரா அல்லது தன்னலம் உள்ளவரா என்பதைக் கவனமாகத் தெரிந்து கொள்ள வேண்டும்.

தன்னலமற்றவராக இருந்தால் மட்டுமே அவரோடு நட்புறவை வளர்த்துக் கொள்ள வேண்டும். அதைவிடுத்து தன்னலம் மிக்கவராக இருந்தால் நட்பைத் துண்டித்துக் கொள்வது நல்லது.

உங்களுக்கு ஏதாவது உதவி செய்ய வேண்டும் என்று அவரிடம் நீங்கள் கேட்டால், அவரால் எளிதாகச் செய்ய முடிந்த உதவியாக இருந்தாலும் அதில் ஏதாவது ஆதாயம் கிடைக்குமா என்று பார்த்துத்தான் செய்து கொடுப்பார்.

அதே வேளையில் அவருக்கு ஏதாவது உதவி தேவை என்றால் நீங்கள் எந்தப் பிரதிபலனும் பாராமல் செய்து கொடுக்க வேண்டும் என்று எதிர்பார்ப்பார்.

சுயநலமிகள் இவர்கள்.

இதுபோன்றவர்களோடு ஒருக்காலும் நட்புறவு கொள்ளவே கொள்ளாதீர்கள்.

அன்பானவர்களா அல்லது முரட்டு சுபாவம் உடையவர்களா என்பதைக் கண்டறிந்து சிநேகிதனாக மாற்றிக் கொள்ள வேண்டும்.

அன்பானவர் என்றால் நல்லவர்களாக இருப்பார்கள். தேவையற்ற கோபங்களுக்கு இடம்தர மாட்டார்கள். கடுஞ்சொல் வீச மாட்டார்கள். கத்திக் கூப்பாடு போட மாட்டார்கள்.

முரடர்களாக இருந்தால் சிறிய மனத்தாங்கல் ஏற்பட்டாலும் அடிதடியில் இறங்கிவிடுவார்கள். உங்கள் நிம்மதியைத் தொலைத்து நாசமாக்கிவிடுவார்கள்.

எனவே உங்களோடு நண்பராக இருப்பவர்கள் நிச்சயம் அன்பும், மென்மையும் உடைய இனியவராக இருத்தல் அவசியம்.

ஆக, இதுபோன்றவற்றை நன்றாக யோசித்துப் பார்த்து, நண்பராக இருப்பதற்கான முழுத் தகுதியும் இருக்கிறதா என்பதை நன்றாக ஆலோசித்து, அதன்பிறகே அவரோடு நட்பைத் தொடர வேண்டும். இல்லையென்றால் வெறுமனே 'வணக்கம்' கூறிவிட்டு உங்கள் வேலையைப் பார்த்துப் போய்விட வேண்டும்.

நண்பர்கள் என்றால் ஒரே மாதிரியான விருப்பம் உடையவர்களாக இருக்க வேண்டும் என்று பலரும் நினைக்கின்றனர்.

ஆனால் அது தவறு.

உங்களுக்கு காபி பிடிக்கும்.

உங்கள் நண்பருக்கும் காபிதான் விருப்பமாக இருக்க வேண்டும் என்று நினைப்பது நியாயமற்றது.

அவருக்குத் தேநீர் பிடிக்கலாம்.

அதில் என்ன தவறு இருக்க முடியும்?

தனக்கு விருப்பமான நடிகரைத்தான் நண்பரும் விரும்ப வேண்டும் என்றும், அந்த நடிகரின் திரைப் படத்தை மட்டும்தான் நண்பரும் பார்க்க வேண்டும் என்றும் நினைப்பது தவறானது.

நண்பர்களுக்கு இடையே பெரும்பாலான கருத்துக்கள் ஒத்துப் போக வேண்டும்.

அது உண்மைதான்.

ஆனால் அந்த கருத்திசைவுகள் என்பது நடிகர் விஷயத்திலோ, சாப்பாடு விஷயத்திலோ இருக்க வேண்டும் என்பது அவசியம் கிடையாது.

ஒழுக்கம், கட்டுப்பாடு, பண்பு, நெறிமுறை, ஆன்மீகம் போன்றவற்றில் இருவரின் கருத்துக்களும் ஒரே மாதிரியாக இருக்க வேண்டும்.

ஆன்மீகம் என்றால் மத ரீதியானதாக எடுத்துக் கொள்ளக் கூடாது.

கடவுள் நம்பிக்கை என்று வேண்டுமானால் வைத்துக் கொள்ளலாம்.

நாத்திகர்களோடு ஆத்திகர் நட்பு கொண்டால் தினமும் காரசார விவாதம் நடத்தியே நட்பு சேதமடைந்து போகும்.

இரு நண்பர்கள்.

இணைபிரியா நண்பர்களும்கூட.

உயிருக்குயிராக ஒருவரையொருவர் நேசித்த அந்த நண்பர்களில் ஒருவர் சைவம். மற்றவர் அசைவம்.

ஒருநாள் எங்கோ ஓரிடத்திற்கு இருவரும் சென்றிருந்தனர். நண்பகல் இரண்டு மணியாகிவிட்டது.

இருவருக்கும் ஒரே பசி.

அது ஒதுக்குப்புறமான இடம் என்பதால் உணவகத்தைத் தேடி அலைய வேண்டியிருந்தது.

ரொம்ப நேரத்திற்குப் பிறகு உணவகம் ஒன்றைக் கண்டுபிடித்தார்கள்.

உள்ளே நுழைந்த பிறகுதான் தெரிந்தது அது அசைவ உணவகம் என்பது.

சைவப் பிரியருக்கு முகம் அஷ்ட கோணலாகிப் போயிற்று.

நண்பரிடம், “நீ சாப்பிடு. நான் வெளியே காத்திருக்கிறேன்” என்று கூறிவிட்டு வெளியேறத் தயாரானார்.

ஆனால் அசைவப் பிரியரோ, அந்த ஒருநாள் மட்டும் தன்னோடு சேர்ந்து உண்ணுமாறு வற்புறுத்தினார்.

இவர் மறுக்க, அவர் வற்புறுத்த என்று ஒரே களேபரமாகி விட்டது.

சைவப் பிரியருக்கோ அங்குள்ள மசாலா வாசனை வயிற்றைக் குமட்டியது. ஒரு கட்டத்தில் வாந்தியெடுக்கிற அளவிற்கு நிலைமை முற்றிப் போயிற்று.

அங்கிருந்த பலரும் அசைவப் பிரியரைச் சமாதானப்படுத்தி, அவரது நண்பரை வெளியே சென்று காத்திருக்குமாறு அறிவுரை கூறினார்கள்.

ஆனால் அசைவப் பிரியருக்குக் கோபம் பொத்துக் கொண்டது.

"நீயெல்லாம் ஒரு நண்பனா? எனக்காக ஒரேயொருநாள் அசைவ உணவைச் சாப்பிடக்கூடாதா?" என்று கோபமாகக் கத்தி விட்டு உண்ணாமல் வெளியேறிப் போய்விட்டார்.

அப்புறம் அவர்கள் நட்பு உடைந்து, முறிந்து போனது.

இது தவறான முறை.

இதுபோன்ற சாதாரண விஷயங்களுக்கு எல்லாம் நண்பர்களை அவர்கள் விருப்பப்படி செயல்பட அனுமதிக்க வேண்டும்.

அதுதான் உண்மையான நட்பாக இருக்க முடியும்.

இருக்கும்.

நட்பில் இன்னொரு முக்கியமான ஒன்றும் உள்ளது.

அது -

வயது வித்தியாச நட்பு.

வயதில் பெரியவர்களோடு அல்லது சிறியவர்களோடு நட்பு கொள்வது தவறென்ற எண்ணம் நிறைய பேரிடம் உள்ளது.

அது தவறு.

சம வயதுடையோரிடம் மட்டுமே நட்புடன் பழக வேண்டும் என்று எந்த விதிமுறையும் கிடையாது.

சிறுவயதில், அதாவது பள்ளிப்பருவம் முதல் சம வயதுள்ளவர்களோடே பழகி வருவதால், நட்பு என்பது ஒரே வயதைச் சார்ந்தவர்களுடன்தான் இருக்க வேண்டும் என்பது எழுதப்படாத விதியாகிப் போனது.

ஆனால் இதுதான் சரி என்று விவாதிப்பதே தவறு.

வயதில் பெரியவர்களுடன் நட்பு வைத்துக் கொள்வது எந்த வகையிலும் தவறே கிடையாது.

வயதில் பெரியவர்கள் நிச்சயமாக வாழ்வில் உங்களைக் காட்டிலும் அதிக அனுபவம் உடையவர்களாக இருப்பார்கள். எனவே அவர்களிடம் சில யோசனைகளை நீங்கள் கேட்கலாம்.

உங்கள் பிரச்சனைகளைச் சொல்லி அதற்கான தீர்வைக் கேட்கலாம். அதற்கு நல்ல தீர்வை அவர்கள் தருவார்கள்.

அனுபவமும், வயது முதிர்ச்சியும் நன்றாக அவர்களை யோசிக்க வைக்கும். ஒரு சரியான தீர்வை உங்களுக்குச் சொல்லிக் கொடுக்கும். எனவே அவசர கோலமான தீர்வாக இல்லாமல், நல்ல, அழுத்தமான தீர்வை உங்களுக்கு அவர்களால் தர முடியும்.

சம வயதுடையவர்களாக இருந்தால் நன்றாக யோசித்து முடிவெடுக்கும் திறன் மிகக் குறைவாகவே இருக்கும்.

இள இரத்தம் என்பதால் தடாலடியாகத்தான் யோசிக்கும். எனவே அவர்கள் தெரிவிக்கும் தீர்வு முறை உண்மையான வெற்றியை ஈட்டித் தராது.

தற்போது 'ட்ரீட்' கலாச்சாரம் அனைத்து வயதினருடனும் பரவிக் கிடக்கிறது.

புதிய வீடு வாங்கினால் ட்ரீட். கார் வாங்கினாலும் ட்ரீட். குழந்தை பிறந்தால் ட்ரீட். புதிய சட்டை வாங்கினால்கூட ட்ரீட். முடிவெட்டினாலும் ட்ரீட் என்று 'ட்ரீட்' கலாச்சாரம் வேகமாகப் பரவிவிட்டது.

சில ஆண்டுகளுக்கு முன்பு வடை பாயசத்துடன் சாப்பாடு வழங்கி மகிழ்ச்சியைப் பகிர்ந்து கொள்வது வழக்கம். அசைவப் பிரியர்களாக இருந்தால் கறி சோறு.

ஆனால் இன்று இந்தக் கலாச்சாரம் முற்றிலும் மாறிப் போய் விட்டது. எங்காவது பெரிய உணவகத்திற்குச் சென்று சாப்பிட்டு மகிழ்ச்சியைக் கொண்டாடுவது என்ற நிலை ஏற்பட்டுவிட்டது. அதிலும் குறிப்பாக மது அருந்துவது கட்டாயம் என்றாகிவிட்டது.

இதுபோன்ற பழக்க வழக்க மாற்றம் காரணமாக சம வயதைச் சார்ந்தவர்கள் மட்டுமே ஒன்று சேர்ந்து மகிழ்ச்சியைப் பகிர்ந்து கொள்வது என்ற நிலை.

'ட்ரீட்' என்றால் சிறியவர்கள் பெரியவர்களை ஓரம் தள்ளி விடுவதும், பெரியவர்கள் சிறியவர்களைப் புறம் தள்ளிவிடுவதும் சர்வசாதாரணமாகிவிட்டது.

இது ஒரு தவறான நிலைப்பாடு.

தவறான பழக்கம் மட்டுமே மகிழ்ச்சியை ஏற்படுத்தும் என்ற மோசமான கருத்துதான் இத்தகைய பிழையான மாற்றத்திற்குக் காரணமாக அமைந்துவிட்டது.

பெரியவர்கள், சிறியவர்கள், பெண்கள், குழந்தைகள் என்ற பாகுபாடின்றி மகிழ்ச்சியைக் கொண்டாடுவதுதான் உண்மையான சந்தோஷமாகவும், நிறைவாகவும் அமையும்.

இந்த அடிப்படை உண்மையைப் பலரும் மறந்துவிட்ட இக்கால மாற்றம் கொடுமையானது.

இதில் முக்கியமாகக் கவனிக்க வேண்டியது வயதானவர்களின் வாழ்க்கை அனுபவம்.

ஒரு இக்கட்டான சூழலில் அதனை வெற்றிகரமாக வென்று வெளியே வருவதற்குக் குழம்பித் தவிக்கும் நேரங்களில் இவர்களின் அனுபவங்கள் உங்களுக்கு நல்ல ஆலோசனைகளை வழங்கும். அந்த இக்கட்டின் பிடியில் இருந்து உங்களை வெளியே கொண்டுவரும்.

அதேபோல பெரியவர்களுக்கும் இதே நிலை பொருந்தும். 'சின்னஞ்சிறுசுகளோடு நாமும் எப்படி சரிசமமாகப் பார்ட்டியில் கலந்து கொள்வது?' என்ற மனப்பான்மை, ஈகோ பெரியவர்களிடம் இருக்கிறது.

இதனைப் பெரியவர்கள் விட்டொழிக்க வேண்டும். வயதில் குறைந்தவர்கள் போலியான மதிப்பையும் மரியாதையையும் தர வேண்டும் என்ற எதிர்பார்ப்பை இவர்கள் விலக்கி வைக்க வேண்டும்.

அவர்களோடு தோழமை உணர்வுடன் தோளில் கை போட்டுப் பழக வேண்டும்.

சம வயதுடையவர்கள் மட்டுமே நண்பர்களாக இருக்க முடியும் என்ற தவறான எண்ணத்தைக் கைவிட வேண்டும்.

அன்பு என்பது வயது வித்தியாசம் பார்த்து வருவது அல்ல என்ற இயல்பான உண்மையைப் புரிந்துகொண்டு நட்பை வயதில் குறைந்தவர்களோடும் வளர்த்துக் கொள்ள வேண்டும்.

இதில் இன்னுமொரு உண்மை பொதிந்து கிடப்பதை வயதான பலரும் உணர்ந்து கொள்வதே இல்லை.

அதாவது இளைஞர்கள் சுறுசுறுப்பாக இருப்பார்கள். எதிலும் வேகமாக இருப்பார்கள். உற்சாகத்தோடு ஓடியாடி உழைப்பார்கள்.

இப்படிப்பட்ட இளைஞர்களோடு வயதானவர்கள் பழகும் போது, அவர்களின் இளமைத் துடிப்பும், சுறுசுறுப்பும் வயதானவர்களையும் வந்து ஒட்டிக் கொள்ளும்.

உங்களை அறியாமலேயே நீங்கள் பத்தோ, இருபதோ வயது

குறைந்தவர்களாக மாறிவிடுகிற ஒரு புதிய உற்சாகத்தைப் பெற்று விடுவீர்கள். புத்துணர்ச்சியை அடைவீர்கள்.

இந்த உண்மைகளை இரு சாராரும் புரிந்து கொண்டு வயது வித்தியாசம் பாராமல் நட்பு கொண்டால் பிரமிக்கத்தக்க அற்புதமான வளமான வாழ்வை அடைய முடியும்.

நட்புக்கு வயது கிடையாது.

நட்புக்கு ஈகோ கிடையாது.

நட்புக்கு அன்பு மட்டுமே சொந்தம்.

சில பேர் வெகு குறைவான நண்பர்களை மட்டுமே கொண்டிருப்பார்கள். சிலபேரோ புதிய புதிய நண்பர்களை இணைத்துக் கொண்டே இருப்பார்கள். இன்னும் சிலரோ பழைய நண்பர்களைக் கழற்றிவிட்டுப் புதிய புதிய நண்பர்களைத் தேடிக் கொண்டே இருப்பார்கள்.

நண்பர்கள் குறைவாக இருந்தாலும் நல்ல குணமுள்ள நல்ல நண்பர்களாக இருக்க வேண்டும்,

நட்பு ஊனமுள்ளதாக இருத்தல் கூடவே கூடாது.

அது எப்போதும் உறுதியாக இருக்க வேண்டும்.

உறுதுணையாக இருக்க வேண்டும்.

உண்மையானதாக இருக்க வேண்டும்.

நல்ல உள்ளம் உடையதாக இருக்க வேண்டும்.

இதுதான் நட்பின் அடிப்படை இலக்கணம்.

பள்ளிப் பருவத்தில் உங்களுக்குக் கிடைத்த நண்பர்களுக்கும், கல்லூரிப் படிப்பின்போது கிடைத்த நண்பர்களுக்கும் இடையே அடிப்படை வித்தியாசம் ஒன்று இருப்பதை நிச்சயம் நீங்கள் உணர்ந்திருப்பீர்கள்.

அதேபோல கல்லூரி காலக்கட்டத்து நட்புக்கும், பணிபுரியும் இடத்தில் உருவாகிற நட்புக்கும் மெல்லிய வித்தியாசம் இருப்பதை நீங்கள் புரிந்திருப்பீர்கள்.

பழைய நட்பு என்பது ஒரு மிகப் பிரம்மாண்டமான கட்டடத்தின் அடித்தளம் போன்றது. மொத்த கட்டடத்தையும் தாங்கி நிற்க வேண்டும் என்பதால் அதனை மட்டும் மிகக் கவனமாகவும், உறுதியாகவும் கட்டுவது வழக்கம்.

அடித்தளம் பலமற்று அமைந்தால் அதற்கு மேலாக எப்படி பிரம்மாண்டமான கட்டடத்தைக் கட்ட முடியும்?

ஆகக் குழந்தைப் பருவத்தில் ஏற்படுகிற நட்பு உறுதியாகவும், கள்ளங்கபடமற்ற வகையிலும் அமைக்கப்பட்டுள்ளது.

இது இயற்கையின் விநோதம். கடவுளின் சித்தம்.

அனைத்து மனிதர்களுக்குமே குழந்தைப் பருவ நட்பு இப்படித் தான் அமைகிறது.

இதிலிருந்து ஓர் உண்மையை நாம் உணர்ந்து கொள்ள வேண்டும்.

அதாவது -

பழையன என்பது உன்னதமானது.

பழைய சாதம் உடம்புக்கு நல்லது. தொடர்ந்து இதனை சாப்பிட்டு வந்தால் நோய் நொடிகள் எளிதில் அண்டாது.

இந்த உண்மை நம்மில் பலருக்குத் தெரிந்திருந்தும் பழைய சோற்றை யாரும் விரும்பி உண்பதில்லை.

காரணம் ருசி!

நம் நாக்கு ருசியைத் தேடுகிறது. உடம்புக்குக் கேடு விளைவிக்கும் மசாலா மணத்தை, சுவையைத் தேடி ஓடுகிறது.

ஆக,

பழையது என்பது என்றும் பலமிக்கது என்பதை உணர்ந்து கொள்ள வேண்டும். பழைய நட்பை உதறித் தள்ளிவிட்டுப் புதிய நட்பைத் தேடி ஓடுவது என்பது தவறு.

நீண்ட கால நண்பர்கள் அரிய பொக்கிஷம் போன்றவர்கள். அவர்களுக்கு உரிய மதிப்பையும் மரியாதையையும் வழங்க வேண்டும். அன்பை வாரிவாரி வழங்க வேண்டும்.

கள்ளங்கபடமற்ற அன்பை ஏளனமாகப் பார்க்கும் போக்கு நிறைய பேரிடம் காணப்படுகிறது. அவர்களைத் துச்சமாக மதித்து விலக்கி வைக்கின்றனர்.

இது பெருந்தவறு.

உங்கள் மீது உண்மையான அன்பை அள்ளிக் கொட்டுவோர் மீது நீங்கள் இன்னும் அதிகளவு அனுசரணையாகவும், அன்பாகவும் நடந்துகொள்ள வேண்டும்.

அவர்களின் நட்பைப் போற்றிப் புகழ வேண்டும்.

அவர்கள் நடந்து வருகிற வழித் தடத்தில் ரோஜா, முல்லை, மல்லிகை என்று நறுமணம் வீசும் மலர்களைத் தூவி நெஞ்சார்ந்த வரவேற்பை நல்கிட வேண்டும்.

அந்த நட்பின் மீது மெல்லிய மயில் தோகையால் வீசிப் புளங்காகிதமடைய வேண்டும்.

இப்படிப்பட்ட யதார்த்தமான நட்பை, உண்மையான நட்பை, கள்ளமற்ற நட்பை எப்போதும், எந்தத் தருணத்திலும் உங்களால் பெற முடியும்.

ஆனால் அதற்கு நீங்கள்தான் முக்கிய காரணகர்த்தாவாக இருக்க வேண்டும்.

அதாவது உங்களையும், உங்கள் பொன்னான நேரத்தையும், உங்களுடைய வளங்களையும் அளிப்பதன் மூலமாகவே மட்டற்ற மகிழ்ச்சியும், நிலைத்த, நீடித்த, உண்மையான நட்பும் உங்களுக்குக் கிடைக்கும்.

நீங்கள் உண்மையற்றவர்களாக இருந்தால் உங்களுக்கு எப்படி உண்மையான நண்பர்கள் கிடைக்க முடியும்?

நீங்கள் அன்பற்றவர்களாக இருந்தால் உங்களுக்கு எப்படி அன்பானவர்கள் கிடைக்க முடியும்?

நீங்கள் வெறுக்கத்தக்கவர்களாக நடந்து கொண்டால் உங்களுக்கு எப்படி விரும்பத்தக்கவர்கள் கிடைக்க முடியும்?

விதை விதைத்தவன் விதை அறுப்பான்

இந்தப் பழமொழி அனைவரும் அறிந்ததே.

நீங்கள் விதை விதைக்காமல் வினையை மட்டுமே விதைத்து விட்டு, பயிர் முளைக்க வேண்டும் என்று எப்படி எதிர்பார்க்க முடியும்?

விதையை விதையுங்கள். அதற்குத் தண்ணீர் பாய்ச்சுங்கள். களை பிடுங்குங்கள். உரம் போடுங்கள்.

இப்படியெல்லாம் கஷ்டப்பட்டு உழைத்துவிட்டு நெற்பயிர் முளைத்து செழித்தோங்க வேண்டும் என்று எதிர்பாருங்கள்.

அதைவிட்டுவிட்டு துரோகத்தையும், தவறையும் மட்டுமே செய்துவிட்டு நண்பனிடம் இருந்து தூய நட்பு கிடைக்க வேண்டும் என்று எதிர்பார்ப்பது நிச்சயம் நடக்கக்கூடியதே அல்ல.

நண்பரிடம் இருந்தும் அதே மாதிரியான துரோகம்தான் உங்களுக்குத் திரும்பக் கிடைக்கும்.

பாயசத்தில் இனிப்புக்குப் பதிலாக உப்பைப் போட்டுவிட்டு பாயசம் உப்பாக இருக்கிறது என்று கத்தினால் ஏதாவது அர்த்தம் இருக்கிறதா என்ன?

ஆக, நட்பின் அடிப்படை இலக்கணத்தைப் புரிந்துகொண்டு அதற்கேற்ப நடந்து கொள்ள வேண்டும்.

மாறாக அடிப்படை சித்தாந்தத்தை சிதைக்கிற மாதிரியாக நடந்து கொண்டால் நல்ல நட்பு ஒருபோதும் கிடைக்கவே கிடைக்காது.

நாம் செய்யும் முயற்சிகளும், தியாகங்களும் நிச்சயமாக நல்ல பலனைத் தரும்.

ஆனால் சுயநலம் ஒன்றை மட்டுமே உள்ளத்தில் உறுதியாக வைத்துக் கொண்டு நண்பர்களைத் தேர்ந்தெடுத்துப் பழகினால் அது உங்களுக்குத் தோல்வியைத்தான் தரும்.

உங்களுக்கு ஆதாயம் இருந்தால் மட்டுமே நண்பனாக்கிக் கொள்ள வேண்டும் என்ற எண்ணம் இருந்தால் அதனை விட்டு விடுங்கள்.

ஒருவருக்கொருவர் ஆதரவாக, விட்டுக் கொடுக்கும் மனப் பாங்கினை வைத்துக் கொண்டால் மட்டுமே அந்த நட்பு நீடித்து நிலைத்து நிற்கும்.

மற்றவர்களால் இகழ்ந்தும், உதாசீனப்படுத்தியும் விலக்கி வைக்கப்பட்டுள்ளவர்களை உங்கள் நண்பர்களாகத் தேர்ந்தெடுத்து அவர்களோடு பழக்கம் வைத்துக் கொள்வது நல்லது.

நல்ல நண்பர்களைத் தேர்ந்தெடுக்கத் தெரியாமல் அவதிப் படுகிறவர்களையும் நீங்கள் அரவணைத்து உங்களின் நண்பனாக மாற்றிக் கொள்ளுங்கள்.

இதுவும் நிச்சயமாக உங்களுக்கு நீடித்த நட்பாக அமையும்.

உண்மையான நண்பன் கிடைக்காமல் வீட்டிலேயே தனிமையில் அடைந்து கிடப்போரும் உண்டு. அவர்களைத் தேடிக் கண்டுபிடித்து நண்பனாக்கிக் கொள்ளுங்கள்.

உண்மையான நட்பு என்றால் என்ன என்பதை விரைவிலேயே புரிந்து கொள்வீர்கள்.

சிலர் தேடி வந்து கைகுலுக்கி உங்களோடு நட்புறவை ஏற்படுத்திக் கொள்ள ஆசைப்படுவார்கள்.

'வலிய வருகிறான். இதில் ஏதோ உள்குத்து இருக்கிறது' என்று தவறாக நினைத்து அந்த நட்பை உதறித் தள்ளிவிடாதீர்கள். இன்முகத்தோடு ஏற்றுக்கொள்ளுங்கள். நல்ல பழக்கத்தை ஏற்படுத்திக் கொள்ளுங்கள்.

சில நாட்களிலேயே அவரது நட்பின் தன்மையை நீங்கள் நிச்சயம் புரிந்து கொள்வீர்கள்.

அந்த நட்பில் தூய்மையும், உண்மையும் மேலோங்கித் தெரிந்தால் மேலும் இறுக்கமான நட்பாக வளர்த்துக் கொள்ளுங்கள்.

ஒருவேளை பொய்யும், தவறும் நிறைந்து கிடந்தால் மெல்ல மெல்ல அந்த நட்பைக் கழற்றி விடுங்கள். 'ஹாய்' சொல்வதோடு நிறுத்திக் கொள்ளுங்கள்.

நட்புக்கு முக்கியமான மற்றொன்று விசாலமான மனம்.

மனதை என்றும் சுருக்குப் பைக்குள் வைத்து இறுக்கிக் கொள்ளக்கூடாது.

அதனைத் திறந்த வெளியில் நல்ல காற்றைச் சுவாசிக்க சுதந்திரமாகப் பறக்கவிட வேண்டும்.

பரந்து விரிந்த உள்ளத்தை வளர்த்துக் கொள்ள வேண்டும்.

தேவையற்ற பயம், சுயநலம், கஞ்சத்தனம், எதிர்மறை எண்ணம் போன்றவை இருந்தால் மற்றவர்களிடம் மனம் திறந்து பேசுவதைத் தடுத்துவிடும்.

இன்னும் சொல்லப்போனால் இரும்புக்கரம் கொண்டு தடுக்கும்.

இந்த மாதிரியான எண்ணங்களை வளர்த்துக் கொண்டால் நீங்கள் யாரிடமும் நெருங்கிப் பழகவே முடியாது.

தனியாக ஒதுங்கி, 'நான் உண்டு, என் வேலை உண்டு' என்கிற மாதிரி ஒரு சிறிய வட்டத்திற்குள் உங்கள் வாழ்க்கையைச் சுருக்கிக் கொள்ளவேண்டிய கட்டாயத்திற்குத் தள்ளப்பட்டு விடுவீர்கள்.

இதுபோன்ற எண்ணங்கள் உங்களைச் சுற்றி மிகப் பெரிய தடுப்புச் சுவரை எழுப்பி விடுகிறது. மற்றவர்கள் உங்களை நெருங்கவே முடியாத அளவிற்கு அச்சுவர் தடுத்தும் விடுகிறது.

இம்மாதிரியான தடைகள், தவறுகள் உங்களிடம் இருக்கிறதா என்பதை முதலில் சுயபரிசோதனை செய்து பாருங்கள்.

அப்படி இருந்தால் அதனைக் களைவதற்கான முயற்சிகளை முதலில் தொடங்குங்கள்.

அதன்பிறகு பாருங்கள், உங்களிடம் நல்ல நட்பைத் தொடங்க நல்ல நண்பர்கள் ஓடோடி வருவார்கள்.

அந்த நட்பை ஏற்றுக்கொண்டு பழகத் தொடங்கினால் இதுவரை நீங்கள் கண்டிராத புதிய ஆனந்தத்தைப் பெறுவீர்கள்.

இவ்வாறு நண்பர்களாகும் எண்ணத்துடன் மற்றவர்கள் நம்மிடம் பழகும்போது அவர்களுக்கு நாமும் நன்றி உடையவர்களாக இருக்க வேண்டும்.

நல்ல நண்பர்கள் கிடைப்பதற்கு நிச்சயம் யோகம் செய்திருக்க வேண்டும்.

நல்ல நண்பர்களாக வேடமிட்டு நட்பை வளர்த்துக் கொண்டு முக்கியமான நேரத்தில் துரோகச் செயலைச் செய்துவிட்டு மறைந்து செல்லும் மனிதர்கள்தான் இன்று அதிகமாகக் காணப்படுகின்றனர்.

அதையும் தாண்டி ஓர் உண்மையான நல்ல நண்பர் உங்களுக்குக் கிடைத்துவிட்டால், உலகிலேயே மிகப் பெரிய அதிர்ஷ்டசாலி நீங்களாகத்தான் இருப்பீர்கள்.

நல்ல நண்பர்களைப் பெறுவது என்பது அத்தனை எளிதான ஒன்றல்ல.

நீச்சலடிக்கக் கற்றுக்கொள்வது எளிதானதா என்ன? தண்ணீருக்குள் எத்தனை தடவை மூழ்கி, மூக்கு வழியாகவும், வாய் வழியாகவும் நிறைய தண்ணீரை உள்ளிழுத்து... இப்படிப் பல கஷ்டங்களை அடைந்த பிறகே நீச்சலடிக்கப் பழக முடியும்.

ஒரு தடவை மூக்கு வழியாகத் தண்ணீர் போய்விட்டது என்பதைப் பார்த்துப் பயந்துபோய் பயிற்சியைப் பாதியிலேயே நிறுத்திவிட்டால் நீச்சல் பழக முடியுமா?

11

பொது மறை கூறும் நட்பெனும் உறவுமுறை

நட்புக்கு என்று ஒரு அதிகாரமே எழுதி வைத்துள்ளார் திருவள்ளுவர்.

நிறைநீர நீரவர் கேண்மை பிறைமதிப்
பின்நீர பேதையார் நட்பு.
-குறள் 782

பொருள் : அறிவுடையவரின் நட்பு வளர்பிறை போன்றது. அறிவு இல்லாதவரின் நட்பு தேய்பிறை போன்றது.

எத்தனை இரத்தினச் சுருக்கமாக மிகப் பெரிய விஷயத்தைக் கூறியுள்ளார் வள்ளுவர்.

அறிவுள்ளவரோடு நட்பு கொண்டால் அது உன் வாழ்வை மெல்ல மெல்ல வளமாக்கிக் கொண்டே போகும். உலகிலேயே உயர்ந்த சிகரமாக விளங்கும் இமயமலையின் உச்சிக்கு உன்னை அழைத்துச் சென்று உலகத்தார் உன்னைப் பார்த்து வியப்புறும் வண்ணம் உயர்வைத் தரும்.

ஆனால் மாறாக அறிவில்லாத முட்டாளோடு நட்பு பாராட்டி வந்தால் சேற்று மண்ணில் சிக்கிக் கொண்டதைப் போல சிறுகச் சிறுக உன்னை அது கீழே இழுத்துக் கொண்டே போய் ஒருகட்டத்தில் உன்னைக் காணாமல் செய்துவிடும்.

நட்பால் இப்படியொரு பயங்கர விளைவைச் சந்திக்க வேண்டுமா என்பதைச் சிந்திக்க வேண்டும். அதற்காக அறிவுடையவரை அறிந்து அவரோடு பழக முயற்சி மேற்கொள்ள வேண்டும்.

இத்தகைய நட்பு மிக எளிதாக, காற்றைப்போல கனமற்றதாக உங்களை உயர்வான இடத்திற்குத் தூக்கிச் செல்லும். வரலாறு உங்களைப் பற்றிப் பேசும். வாழ்க்கை உங்கள் வரலாற்றைத் தேடி வந்து எழுதும்.

முகநக நட்பது நட்பன்று நெஞ்சத்து
அகநக நட்பது நட்பு.

-குறள் 786

பொருள் : முகம் மட்டும் மலரும் படியாக நட்பு செய்வது நட்பு அன்று, நெஞ்சமும் மலரும் படியாக உள்ளன்போடு நட்பு செய்வதே நட்பு ஆகும்.

விமானத்தில் பயணிக்கிறீர்கள். அங்கே உங்களை விமானப் பணிப்பெண் இன்முகம் காட்டி வரவேற்பார்.

அப்படியானால் அந்தப் பெண்மணி உங்களோடு நெருங்கிய நல்ல நட்போடு இருக்கிறார் என்று பொருள் கொள்ள முடியுமா?

முகத்தில் சிரிப்பை வரவழைத்துக் கொண்டு உங்களோடு அவர் கரிசனமாகப் பழகுவது ஒரு வியாபாரத் தந்திரம். இந்தப் புன்னகைக்காகவே நீங்கள் அடிக்கடி விமானப் பயணம் மேற்கொள்ள வேண்டும் என்ற அழைப்பு இதன் உட்பகுதியில் மறைந்து கிடக்கிறது.

இப்படித்தான் இன்று 'வாடிக்கையாளர் சேவை' (கஸ்டமர் கேர்) என்பது இன்று எல்லாத் துறைகளிலும் வந்துவிட்டது. பிரச்சனைகளோடு வந்திருக்கும் வாடிக்கையாளர்களை வரவேற்று உபசரித்து, அவர்களின் பிரச்சனையைக் களைவதற்கான நடவடிக்கைக்கு உதவி செய்வதுதான் இவர்களின் பணி.

அடுத்த நாளும் நீங்கள் அங்கே சென்றால், அப்போதும் உங்களைப் புதியவரைப்போலத்தான் வரவேற்பார்கள்.

முதல்நாள் நீங்கள் வந்து சென்றதை மறந்து போயிருப்பார்கள். ஏனென்றால் உங்களைப்போல ஆயிரம் பேரை அவர்கள் தினமும் பார்த்து வருகிறார்கள். அனைவரையும் நினைவில் வைத்திருப்பது என்பது நிச்சயமாக முடியாத ஒன்று.

இதுதான் உண்மை.

இதுதான் யதார்த்தம்.

ஆனால் இந்த நிஜத்தைப் புரிந்து கொள்ளாமல், அவர்கள் உண்மையாகவே நம்மோடு நல்ல நட்பாகப் பழகுவதாக நினைத்தால் நாம் ஏமாந்து போய்விடுவோம்.

வெறும் முகம் மட்டும் மலரும்படியாக நட்பு கொள்வது உண்மையான நட்பே கிடையாது என்கிறார் வள்ளுவர்.

உண்மையான நட்பு என்பது அகத்தில் இருந்து வரவேண்டும்.

அகம் என்றால் உள்ளம் என்று அர்த்தம். மனம் என்றும் கூறலாம்.

உள்ளத்தில் இருந்து இன்ப ஊற்றாகப் பெருகிவரும் நட்பு தான் உண்மையானதாகவும், நீடித்து நிற்பதாகவும் இருக்கும்.

நகுதற் பொருட்டன்று நட்டல் மிகுதிக்கண்
மேற்சென்று இடித்தற் பொருட்டு

-குறள் 784

பொருள் : நட்பு என்பது ஒருவரோடு ஒருவர் ஜாலியாகப் பேசிச் சிரித்து மகிழ்வது மட்டும் கிடையாது. நண்பர் தவறான வழியில் செல்லும் போது, அதனை அவருக்கு உணர்த்தி நல்வழிப்படுத்துவதுதான் உண்மையான நட்பு.

மாணவப் பருவத்தில் நண்பனைக் கண்டால் மனம் துள்ளோ துள்ளென்று துள்ளும். அவனோடு வெளியே சென்று போதும் போதும் என்கிற வரை விளையாடி மகிழலாம் என்பதுதான் இந்த சந்தோஷத்திற்குக் காரணம்.

இன்னும் ஒரு கட்டத்தில் நண்பனோடு ஜாலியாக வெளியூர் பயணம் செல்லலாம். சினிமாவிற்குப் போகலாம். கடற்கரையில் காலாற நடமாடி ஆனந்திக்கலாம்.

இதற்கு அடுத்த கட்டத்தில் இருப்பவர்கள் தங்கள் குடும்பத்து கஷ்டங்களை நண்பரோடு பகிர்ந்து கொள்ள வேண்டும் என்று நினைக்கிறார்கள்.

இப்படி நண்பர்களோடு மகிழ்ந்து பேசிப் பழகுவது மட்டுமே நட்பாக இருக்க முடியாது.

அதையும் தாண்டி நட்புக்கு ஒரு கடமை இருக்கிறது.

அது உங்கள் நண்பன் தவறான பாதையில் செல்வது தெரிந்தால் அந்தத் தவறைச் சுட்டிக்காட்டி அவனை நல்வழிக்குத் திருப்ப வேண்டும்.

டாஸ்மாக்கிற்குச் சென்று போதையை ஏற்றிக்கொண்டு வீட்டிற்கு வந்தால்கூட, அவனது மனைவி பயந்துபோய் அவனை எதுவுமே சொல்வதில்லை.

இதனைப் பற்றி சிலர் தங்கள் நண்பர்களிடம் என்ன சொல்வார்கள் தெரியுமா?

'உனக்கு நல்ல யோகம். சந்தோஷமாக இருக்கிறாய். இந்த மாதிரி லக் எனக்குக் கிடைக்கவில்லையே' என்று உசுப்பேற்றி விடுவார்கள்.

நண்பனை நல்வழிக்குக் கொண்டுவர வேண்டும் என்ற எண்ணம், நோக்கம் இல்லாமல், இவ்வாறு அவனை மேலும் அந்தத் தவறிலேயே பயணிக்கச் செய்வதைப்போலப் பேசுவது எந்த வகையில் நியாயம்?

இது எப்படி ஒரு உண்மையான நட்பாக இருக்க முடியும்?

உண்மையான நட்பு என்றால் மது அருந்துவது தவறானது என்பதை விளக்கிச் சொல்லி, அதிலிருந்து நண்பனை மீட்டுக் கொண்டுவர வேண்டும்.

இதைத்தான் வள்ளுவப் பெருந்தகை இவ்வாறு கூறியுள்ளார்.

நட்பிற்கு வீற்றிருக்கை யாதெனின் கொட்பின்றி
ஒல்லும்வாய் ஊன்றும் நிலை.

-குறள் 789

பொருள் : மனவேறுபாடு கொள்ளாமல் தன்னால் இயலும் வழிகளிலெல்லாம் துணைநின்று நண்பனைத் தாங்குவது தான் நட்பின் சிறப்பாகும்.

மனவேறுபாடு என்னும்போது மறைமுகமாக வள்ளுவர் வலியுறுத்துவது 'சகிப்புத்தன்மை' தேவை என்பதைத்தான்.

அதாவது நண்பனின் சிறிய தவறுகளைப் பூதாகரமாக எண்ணிக்கொண்டு கோபம் கொள்வது தவறு.

நண்பன் தெரிந்தோ தெரியாமலோ தவறு செய்தால் அதனை மனதில் வைத்திருக்கவே கூடாது. உதறித்தள்ளிவிட வேண்டும்.

மேலும் நண்பனுக்கு எந்தவிதமான உதவி தேவைப் பட்டாலும் தயங்காமல் அதனைச் செய்து கொடுக்க வேண்டும்.

அவனது இக்கட்டான நிலைமையிலும் முடிந்த அனைத்து உதவிகளையும் வேற்றுமை பாராட்டாமல் மனமுவந்து செய்துதர வேண்டும்.

எனது நண்பர் ஒருவரின் அனுபவத்தை இங்கே உங்களோடு பகிர்ந்து கொள்வது நல்லது என்பது என் எண்ணம்.

நண்பர் மும்பையில் பணியில் சேர்ந்திருந்தார். ஒரு மாத காலம்தான் ஆகியிருக்கும். இருசக்கர வாகனத்தில் சென்று கொண்டிருந்தபோது விபத்து நேரிட்டு மருத்துவமனையில் அனுமதிக்கப்பட்டிருந்தார்.

அங்கே அவருக்கு உதவிகள் செய்யத் தெரிந்தவர்கள் யாருமே இல்லை.

இதனிடையே நண்பரின் பெற்றோரும் வயதானவர்கள். மதுரையில் இருந்து அவர்களால் உடனடியாக மும்பை சென்று தங்களது ஒரே மகனுக்கு உதவி செய்வது என்பதும் இயலாத ஒன்று.

இதுபோன்ற இக்கட்டில் சென்னையில் பணியாற்றி வந்த நண்பரின் நெருங்கிய சிநேகிதர் ஒருவருக்கு வயதான பெற்றோர் தகவல் தெரிவித்தனர்.

அடுத்த நாள் பணி நிமித்தமாக சிங்கப்பூர் செல்ல வேண்டிய அந்த சிநேகிதர் உடனடியாகத் தனது மேலதிகாரிகளைத் தொடர்பு கொண்டு தனது இக்கட்டான நிலையைத் தெரிவித்து பயணத்தை மாற்றி அமைத்தார்.

ஒருவாரம் விடுப்பு எடுத்துக் கொண்டு மும்பைக்கு விரைந்தார். நண்பருக்குத் தேவையான உதவிகளைச் செய்தார்.

இப்படி இக்கட்டான தருணத்தில் நண்பருக்கு உதவி செய்வதைத்தான் வள்ளுவர் பல நூறு ஆண்டுகளுக்கு முன்பே எழுதி வைத்துள்ளார்.

புணர்ச்சி பழகுதல் வேண்டா உணர்ச்சிதான்
நட்பாங் கிழமை தரும்.

-குறள் 785

பொருள் : இருவருக்கிடையே நட்புரிமை முகிழ்ப்பதற்கு ஏற்கனவே தொடர்பும் பழக்கமும் வேண்டுமென்பதில்லை. இருவரின் ஒத்த மன உணர்வே போதுமானது.

நட்பு என்பது எப்படி வருகிறது?

தரம் பார்த்து வருகிறதா?

நிறம் பார்த்து வருகிறதா?

இனம் பார்த்து வருகிறதா?

குணம் பார்த்து வருகிறதா?

எதைப் பார்த்து நட்பு ஏற்படுகிறது?

இந்தக் கேள்விக்கு நிச்சயமான பதிலை எவராலும் கூற முடியாது.

ஏனென்றால் நட்பு என்பது இவை எதனையும் பார்த்து வருவதில்லை. ஒருவரோடு நட்பு கொள்ளலாமா வேண்டாமா என்பதை யோசிப்பதில்லை.

அது ஒரு இனம் புரியாத உணர்ச்சி.

இனம் புரியாத உணர்வு.

இனம் புரியாத சுகம்.

ஒருவரைப் பார்த்ததும் இவரோடு பழகலாம் என்று உள்ளுணர்வு தூண்டுகிறது. அந்தத் தூண்டல் நட்பைத் துவக்கி விடுகிறது. அந்த நட்பு ஆலமரமாக வளர்ந்து சிறக்கிறது.

புதிதாக நட்புறவு ஏற்படுவதற்கு முன்பாக நண்பனைப் பற்றி அனைத்து பழக்க வழக்கங்களையும் தெரிந்து கொள்ள வேண்டும் என்று நினைத்தால் அது உண்மையான நட்பாக இருக்கவே இருக்காது. அந்த நட்பு நீடிக்கவும் செய்யாது.

இனையர் இவரெமக்கு இன்னம்யாம் என்று
புனையினும் புல்லென்னும் நட்பு.

-குறள் 790

பொருள் : இவர் எனக்கு இந்த அளவிற்கு அன்பு உடையவர். நாமும் இவருக்கு இப்படியே என்று ஒருவரை ஒருவர் அலங்காரமாகப் பாராட்டிச் சொன்னாலும் அந்த நட்பு அற்பமானதாகப் போய்விடும்.

நட்பிற்கு எல்லை கிடையாது. அது விரிந்து பரந்தது. கடலின் ஆழத்தைப்போல நட்பின் ஆழம் அறிந்து கொள்ள முடியாமல் இருக்கும்.

ஆனால் சிலரோ நட்பைப் பற்றிப் பெரிதாகப் பெருமையடித்துக் கொள்வதுண்டு.

"நானும் அவனும் குச்சி ஐஸ் சாப்பிட்ட காலத்திலிருந்து ஃப்ரண்ட்ஸ். இப்போதும் அப்படியே நட்போட இருக்கிறோம். அவனுக்கு நான் எவ்வளவோ உதவிகளைச் செய்திருக்கிறேன். அதேபோல அவனும் எனக்குச் செய்திருக்கிறான். ஒருநாள் அவன் வெளியூர் போயிருந்தபோது..." என்று பழங்கதை ஒன்றை அவிழ்த்து விடுவார்.

இது தவறான பழக்கம்.

நட்புக்கு இடையே எந்தவிதமான பலாபலனும் எதிர்பார்க்கக் கூடாது. நண்பர்களுக்கு இடையே பரிமாறிக் கொண்ட உதவியை சீர்தூக்கிப் பார்ப்பது கூடாது.

சிலபேர் சொல்வார்கள், "நான் அவனுக்கு எவ்வளவு உதவிகளைச் செய்திருக்கிறேன். அப்படி இருக்கிறதுபோது இந்தச் சின்ன உதவியைக்கூட எனக்கு அவன் செய்யாமல் போய்விட்டான். நன்றி கெட்டவன்" என்று பொருமலைக் கொட்டுகிறவர்களும் உண்டு.

இது உண்மையான நட்பாக இருக்காது.

நண்பர்களுக்கு இடையே இதுபோன்ற ஒரு எண்ணம் வரவே கூடாது.

உதவி என்பது சிறியதா அல்லது பெரியதா என்பதைப் பற்றிப் பேசினாலே அது மிகத் தவறாகும்.

உதவி செய்ய முடியாமல் போனால் அதற்குப் பல காரணங்கள் இருக்கக்கூடும். அது சிறியதாகவே இருந்தாலும் நண்பனால் அந்தத் தருணத்தில் அதனைச் செய்து கொடுக்க முடியாமல் போயிருக்கலாம்.

இதனைப் புரிந்து கொள்ள வேண்டும்.

மட்டுமல்லாமல் நண்பனோடு உங்கள் நட்பு எவ்வளவு நெருக்கமானதாக இருக்கிறது என்பதை மற்றவர்களோடு பிரமாதமாகப் பேசுவதும் அந்த நட்பின் தன்மையைக் கொச்சைப் படுத்துவதாக அமைந்துவிடும்.

நட்பைப் பற்றிப் பெருமையடிப்பது என்பது மிக மோசமான செயல் என்பதே வள்ளுவரின் வாக்கு.

நவில்தொறும் நூல்நயம் போலும் பயில்தொறும்
பண்புடை யாளர் தொடர்பு.

-குறள் 783

பொருள் : படிக்கப் படிக்க இன்பம் தரும் நூலின் சிறப்பைப் போல் பழகப் பழக இன்பம் தரக்கூடியது பண்புடையாளர்களின் நட்பு.

பெற்றோர்களோடு பழகுவது ஒருவகையான இன்பம். காதலியோடு பழகுவது மற்றொரு வகையான இன்பம். மனைவியோடு அளவளாவுவது வேறொரு வகையான இன்பம். குழந்தைகளோடு குதூகலிப்பதும் புதுவகை இன்பம்.

இவை அனைத்திற்கும் மேலானது நண்பர்களோடு பழகுவது. இந்த இன்பத்திற்கு ஈடிணையாக எதையுமே சொல்ல முடியாது.

ஒரு நண்பனோடு தொடக்கத்தில் பழகுவதைக் காட்டிலும் தொடர்ந்து பழகப் பழக அந்த இன்பம் பேரின்பமாக இருக்கும். உங்களை சொர்க்கபுரிக்கே அழைத்துச் செல்லும்.

ஒவ்வொரு நாளும் நண்பனைச் சந்தித்து மனம்விட்டுப் பேசி வந்தால் அது மனநிறைவைத் தரும்.

சுகதுக்கங்களை நண்பர்களோடு பரிமாறிக் கொள்ளும்போது மனதை அழுத்திக் கொண்டிருக்கும் பெரும் பாரம் சுத்தமாக நீங்கி மனம் இலேசாகிவிடும்.

இதனால் நண்பரோடு தினமும் தவறாமல் சந்தித்துப் பேச வேண்டும் என்று மனம் பரபரக்கிறது. அந்த நட்பின் இறுக்கம் மேலும் மேலும் அதிகமாகிக் கொண்டே போகிறது.

நண்பனை ஒருநாள் சந்திக்க முடியாவிட்டால்கூட பெரும் இழப்பு ஏற்பட்டதைப்போல மனம் சோர்வடைகிறது.

மனம் கவலைப்படுகிறது.

மன அழுத்தம் அதிகமாகிறது.

ஆக, நட்பு என்பது பழகப் பழக இனித்துக் கொண்டே இருக்கிறது.

நமக்குப் பிடித்தமான எழுத்தாளர்களின் புத்தகத்தைப் படித்தால் அதனை முழுவதுமாகப் படிக்காமல் கீழே வைப்பதற்கு

மனம் இசையாது. படித்து முடித்த பிறகே கீழே வைக்கத் தோன்றும்.

அப்படித்தான் நல்ல நட்பு என்பதும். பழகப் பழக அதன் ஈர்ப்பும் நெருக்கமும் அதிகரித்துக் கொண்டே போகும். பண்புள்ளவர்களின் நட்பு இப்படித்தான் 'வேண்டும்... வேண்டும்..' என்பதாக அமையும்.

அதேவேளையில் கெட்டவர்களோடு நட்பு வைத்திருந்தால் அந்த நட்பு பழகப் பழக வேதனையைத்தான் தரும். எரிச்சலைத் தரும். அச்சத்தைத் தரும்.

நல்ல பண்புடைய நட்பு மட்டுமே பழகப் பழக வெல்லமாக இனித்துக் கொண்டே இருக்கும்.

உடுக்கை இழந்தவன் கைபோல ஆங்கே
இடுக்கண் களைவதாம் நட்பு.

-குறள் 788

பொருள் : பலர் முன்னே ஆடை நழுவும்போது உடனே சென்று உதவும் கை போல, நண்பனுக்குத் துன்பம் வந்தபோது உடனே சென்று போக்குவதே நட்பு.

நீங்கள் பேருந்தில் பயணித்துக் கொண்டிருக்கிறீர்கள். நல்ல வேகத்தில் சென்று கொண்டிருக்கிறது. திடீரென்று நாயோ, மனிதரோ குறுக்கே வந்துவிட்டதால் ஓட்டுநர் 'சடன் பிரேக்' அடிக்கிறார் என்று வைத்துக் கொள்வோம்.

அப்போது நாம் என்ன செய்வோம்?

நம் தலை முன்னிருக்கை கம்பியில் படாரென்று மோதுகிற வரை பேசாமல் இருப்போமோ?

நிச்சயமாக அப்படிச் செய்ய மாட்டோம். பிரேக் அடிக்கிற அந்த நொடிப் பொழுதிலேயே நம் கை சட்டென்று முன்னிருக்கை கம்பியைக் கெட்டியாகப் பிடித்துக் கொண்டு தலையைக் காப்பாற்றிக் கொள்ள முயற்சி செய்யும்.

இப்படித்தான் நட்பும் இருக்க வேண்டும் என்கிறார் வள்ளுவப் பெருந்தகை.

அதாவது இக்கட்டான தருணத்தில் யோசிக்காமல் சென்று உதவியைச் செய்ய வேண்டும். 'கடவுளை நம்பியவன் கைவிடப்படான்' என்பதுபோல 'நண்பனை நம்பியவனும் கைவிடப்

படான்' என்பதுபோல தக்க தருணத்தில் ஓடோடிச் சென்று நண்பனுக்கு உதவ வேண்டும்.

ஆபத்து நேரத்தில் காப்பாளனாக வந்து விரைந்து செயல் படுவதுதான் உண்மையான நட்பாக இருக்க முடியும்.

நண்பனுக்குத் திடீர் பணக்கஷ்டம் ஏற்படலாம். புதிய வீடு வாங்குவதற்கான அனைத்து ஏற்பாடுகளையும் செய்துவிட்டு பத்திரப் பதிவு நேரத்தில் எதிர்பார்த்த இடத்தில் இருந்து சற்று பணம் கிடைக்காமல் போனால் என்னாகும்?

நிச்சயமாகப் பத்திரப் பதிவு செய்ய முடியாது.

இது ஒரு இக்கட்டான சூழல்.

ஒரு மிகப் பெரிய செயலைச் செய்கிறபோது சிறிய பிரச்சனை காரணமாக அந்தச் செயல்பாடு கைகூடாமல் போனால் அது எத்தனை வருத்தத்திற்குரியதாக இருக்கும்.

இதுபோன்ற தருணம்தான் இக்கட்டான நிலை.

இந்த நிலையில் விரைந்து சென்று நண்பனின் பணக் கஷ்டத்தைப் போக்கி பத்திரப் பதிவைச் செய்வதற்குத் துணை புரிபவன்தான் உண்மையான நண்பனாக இருக்க முடியும்.

அழிவி னவைநீக்கி ஆறுய்த்து அழிவின்கண்
அல்லல் உழப்பதாம் நட்பு.

-குறள் 787

பொருள் : நண்பனைத் தீயவழி சென்று கெட்டுவிடாமல் தடுத்து நிறுத்தி அவனை நல்வழியில் நடக்கச் செய்து, அவனுக்குத் தீங்கு வருங்காலத்தில் அந்தத் தீங்கின் துன்பத்தைப் பகிர்ந்து கொள்வதே உண்மையான நட்பாகும்.

நட்பு என்பது பல வகைகளில் நண்பனுக்கு உதவி செய்வது ஆகும். அதாவது பண உதவி, பொருள் உதவி, உடல் உதவி என்று பல உதவிகளும் இதில் அடங்கும்.

இதில் முக்கியமான உதவி ஒன்றும் உண்டு.

அது -

நண்பன் தீய வழியில் பயணிக்கிறான் என்பது தெரியவந்தால் பேசாமல் அதனை வேடிக்கைப் பார்ப்பது கூடவேகூடாது. தீய வழி என்பதை நண்பனுக்குச் சுட்டிக்காட்ட வேண்டும்.

அத்துடன் அவன் நல்ல வழியில் பயணிப்பதற்கான அனைத்து முயற்சிகளையும் செய்ய வேண்டும்.

நிறைய பேர் செய்யும் தவறு என்னவென்றால் தீயவழிப் பயணத்தில் செல்லும் நண்பனை விட்டு விலகிவிடுவது.

"அவன் போக்கு சரியில்லை. அதனால் அவனோடு பழகுவதை விட்டுவிட்டேன்" என்று கூறிவிடும் நண்பர்கள் அநேகம் பேர்.

வேறு சிலரோ அப்படிச் செய்யாமல், "அதே தீய வழியை 'ஆகா ஓகோ'வென்று புகழ்ந்து தள்ளுவதோடு அதே வழியில் நண்பனோடு சேர்ந்து அவர்களும் பயணிப்பார்கள்.

ஆனால் இவ்விரண்டு முறைகளுமே தவறு என்கிறார் வள்ளுவப் பெருந்தகை. நண்பன் செல்லும் பாதை தவறானது என்பதை அவனுக்குச் சுட்டிக்காட்ட வேண்டும். பின்னர் அந்தத் தவறான பாதையை விட்டு விலகுமாறு அவனைக் கட்டாயப் படுத்த வேண்டும்.

இத்துடன் நின்றுவிடாமல் நல்ல வழி எது என்பதை அவனுக்கு விளக்கிக்கூறி அந்தப் பாதையில் அவன் பயணிக்குமாறு செய்ய வேண்டும்.

இதுதான் நல்ல நண்பனுக்கு அழகு.

12

யாதுமாகி நின்ற இலக்கிய நட்பு

இலக்கிய கர்த்தாக்களின் நட்புகள் இங்கே கண்டிப்பாக விவரிக்க வேண்டும். அதிலும் அவர்கள் நட்டைப் பற்றிக் கூறிய சில கருத்துக்களையும் நாம் அவசியம் பார்த்தே ஆக வேண்டும்.

அற்ற குளத்தில் அறுநீர்ப் பறவைபோல்
உற்றுழித் தீர்வார் உறவு அல்லர்; அக்குளத்தில்
கொட்டியும் ஆம்பலும் நெய்தலும் போலவே
ஒட்டி உறவார் உறவு.

அழகிய குளம். அதில் தாமரைச் செடிகள். அல்லிச் செடிகள். பூத்துக் குலுங்கும் மலர்கள். குளத்தில் நீர் அருந்துவதற்கு நிறைய பறவைக்கூட்டம்.

மழைக்காலம் முடிவுற்றது. கோடை வெயில் சுட்டெரித்தது. குளம் வறண்டது. தண்ணீர் இல்லாத காரணத்தால் பறவைகள் அங்கிருந்து தண்ணீர் நிரம்பிய வேறு இடம் தேடிச் சென்றன.

ஆனால்....

தாமரையும், அல்லியும் மட்டும் அக்குளத்திலேயே இறுதிக் காலம் வரை பிரியாது இருந்தன.

இப்படித்தான் உண்மையான நண்பர்கள் ஒருக்காலும் ஒருவரையொருவர் விட்டுப் பிரியமாட்டார்கள். தங்கள் உயிரே பிரிந்தாலும் நட்பு வழித்தடத்தைவிட்டுச் சிறிதும் பிரள மாட்டார்கள்.

ஆனால் தங்களின் தன்னலம் மட்டுமே முக்கியமானதாகக் கருதுபவர்கள் நம்மை விட்டுப் பிரிந்து செல்வார்கள். இவர்கள் எந்த நிலையிலும் உண்மையான நண்பர்களாக இருக்கவே மாட்டார்கள். இவர்களை நண்பர்களாக்கிக் கொள்வதும் தவறான செயலே.

மகிழ்ச்சியைப் பகிர்ந்துகொள்வது மட்டும் நட்பாக இருக்க முடியாது. துக்கத்தையும் பகிர்ந்து கொள்ள வேண்டும். நட்பு என்பது இலட்சத்திற்கும் மேற்பட்ட உறவுகளுக்குச் சமமாக இருக்கும்.

துக்கத்தை நண்பனின் தோள் சாய்த்து அழுது ஆற்றலாம். மகிழ்ச்சியை நண்பனின் கரம்பிடித்து தோளில் இணைத்து குதிக்கலாம்.

ஒளிவுமறைவின்றி அத்தனை உண்மைகளையும் மனம் விட்டுச் சொல்ல முடியும் என்றால் அது நண்பன் ஒருவனிடம் மட்டுமே.

அவன்தான் உன் உள்மனதைப் புரிந்து கொண்டவன்.

அவன்தான் உனக்கு உண்மையான ஆதரவை அள்ளித் தருபவன்.

அவன்தான் இரகசியத்தைக் காப்பவன்.

அவன்தான் முதுகிற்குப் பின்புறமாக இருந்து கொண்டு கத்தியால் குத்தாதவன்.

நல்லவன்.

எந்த நிலையிலும் தோள் கொடுத்துக் காப்பாற்றுபவன்.

உறவை நீங்களாகத் தேர்வு செய்ய முடியாது. அது ஆண்டவனின் விருப்பம் சார்ந்தது.

இவர் உன் தந்தை என்பதைக் காலம் நிர்ணயிக்கிறது.

இவர் உன் தாய் என்பதை இறைவன் நிர்ணயிக்கிறான்.

இவர் உன் மாமா என்றும், இவர் உன் அத்தை என்றும், இவர் உன் தாத்தா என்றும், இவர் உன் பாட்டி என்றும் நீயாக நிர்ணயித்துக் கொள்ள முடியாது.

அந்த உரிமை யாருக்கும் கிடையாது.

அது படைப்பின் கையில் உள்ளது.

கடவுளின் கருணையில் உள்ளது.

உறவினர்களில் நல்லவர்களும் இருப்பார்கள். கெட்டவர்களும் இருப்பார்கள்.

அவர்களை உறவினர்களே இல்லை என்றால் சட்டப்படி உன்னால் உதறித்தள்ளவே முடியாது.

உதடு வேண்டுமானால் சொல்லலாம்.

ஆனால் உறவு உறவுதான்.

அதனை வேரறுக்க உன்னால் முடியாது.

அந்த உரிமை உனக்குக் கிடையாது.

ஆனால் நட்பு அப்படி கிடையாது.

ஒரு நண்பனைத் தேர்ந்தெடுக்கும் உரிமை உனக்கு வழங்கப் பட்டிருக்கிறது.

நல்லவனா, கெட்டவனா என்பதைச் சீர்தூக்கிப் பார்த்து நீ தேர்ந்தெடுக்கலாம்.

இது படைப்பின் சிறப்பு.

மகிமை.

இந்த உரிமையை நீ சரியாகப் பயன்படுத்திக் கொள்ள வேண்டும்.

நீ தேர்ந்தெடுக்கும் நண்பன் கடைசிவரை உனக்காக உயிரைக் கொடுப்பவனாக இருக்க வேண்டும்.

கெட்ட எண்ணங்கள் அற்றவனாக இருக்க வேண்டும்.

உன்னை நல்வழிப்படுத்துபவனாக இருக்க வேண்டும்.

உயர்விலும், தாழ்விலும், இன்பத்திலும், துன்பத்திலும் உடன் வருபவனாக இருக்க வேண்டும்.

இதுதான் உண்மையான நட்பாக இருக்க முடியும்.

நட்பு என்பது ஒரு வரம்.

அதனைக் கட்டிக்காப்பாற்றிச் செல்வது என்பது மிகப் பெரிய தவம்.

நண்பன் எப்படி நல்லவனாக இருக்க வேண்டும் என்று நாம் விரும்புகிறோமோ அதே அளவிற்கு நாமும் நல்லவனாக இருக்க வேண்டும்.

நம்முடைய தவறான செயலுக்கு நண்பன் உதவ வேண்டும் என்று ஒருபோதும் எதிர்பார்க்கக் கூடாது.

அவ்வையார் - அதியமான்

தமிழகத்தின் வடகிழக்கே காஞ்சியைத் தலைநகராகக் கொண்டு ஆட்சி செய்து வந்தான் தொண்டைமான் இளந்திரையன்.

இளந்திரையனுக்கு ஓர் ஆசை உந்தியது. அதாவது தமிழகத்தின் வடமேற்காக அமைந்திருந்த தகடூர் பகுதிக்குப் படையெடுத்துச் சென்று கைப்பற்ற வேண்டும் என்பது அந்த ஆசை.

தகடூரை அதியமான் அஞ்சி என்னும் குறுநில மன்னன் ஆட்சி செய்து வந்தான். அவனைப் போரிட்டுத் தோற்கடிக்கத் தனது படையைத் தயார் செய்தான். போருக்கான அனைத்து ஏற்பாடுகளும் விறுவிறுப்பாகத் தொடங்கியது.

ஒற்றர்கள் வாயிலாக இந்தச் செய்தியை அறிந்துகொண்டான் அதியமான். போரின் மீது சற்றும் விருப்பு இல்லாதவன் அதியமான். எனவே இந்தப் போரை எப்படியாவது தவிர்த்துவிட வேண்டும் என்பது அவன் எண்ணமாக இருந்தது.

இதற்கு என்ன செய்வது?

யோசித்தான்.

யாரையாவது இளந்திரையனிடம் தூதுவராக அனுப்பிப் பேசி இந்தப் போரை நிறுத்திவிட வேண்டும்.

யாரை தூது அனுப்புவது?

இதனைப் பற்றிக் கூறியபோது சட்டென்று எழுந்தார் அவ்வைப் பிராட்டியார். அதியமானுடன் நெருங்கிய நட்பு

கொண்டிருந்தவர் அவ்வை. தனது நண்பனுக்காகத் தூது போய் போரை நிறுத்த உறுதிபூண்டார்.

“நான் காஞ்சிக்குப் போய் இளந்திரையனைப் பார்த்துப் பேசி போரைத் தவிர்க்கச் செய்து அமைதிக்கு வழிவகுத்து வருகிறேன்” என்றார்.

அதியமானும் அதற்குச் சம்மதித்தான்.

உடனடியாகக் காஞ்சிக்குச் சென்றார் அவ்வையார்.

அவ்வை மீது இளந்திரையன் மிகுந்த மரியாதை வைத்திருந்தான். எனவே அவரை விமரிசையாக வரவேற்று அவையில் தனி இருக்கையில் அமரச் செய்தான். அதியமானின் நெருங்கிய நண்பர் என்பதால் தனது படைபலத்தை இவருக்குக் காட்டினால் அப்படியே அந்த விஷயம் அதியமானைச் சென்றடையும் என்றும், அதன்மூலம் அவன் மனபலத்தை முதல் கட்டமாக முறியடித்துவிடலாம் என்றும் கணக்கிட்டான்.

அவ்வையை அழைத்துச் சென்று தனது மிகப் பெரிய படை பலத்தை அவருக்குக் காண்பித்தான் இளந்திரையன்.

போருக்கான ஆயுதங்கள் அனைத்தும் வரிசையாக அடுக்கி வைக்கப்பட்டிருந்தன. துருப் பிடித்துவிடக் கூடாது என்பதற்கான அனைத்தும் நெய் தடவி பளபளவென்று காட்சியளித்தன. ஆயுதங்களுக்கு மயிலிறகு மற்றும் மலர் மாலைகள் சூட்டி மேலும் அழகூட்டப்பட்டிருந்தன.

இவற்றைப் பெருமையாகவும், கம்பீரமாகவும் அவ்வைக்குக் காண்பித்தான் இளந்திரையன்.

இளந்திரையனின் திமிர் இதன்மூலம் அவ்வைக்குப் புரிந்தது. அவனது திமிரை அடக்கும் விதமாகவும், பாடம் புகட்டக்கூடிய வகையிலும் ஒரு பாடல் ஒன்றைப் பாடினார் அவ்வையார்.

பீலி அணிந்து மாலை சூட்டிக்
கண்திரள் நோன்காழ் திருத்தி செய் அணிந்து
கடியுடை வியன்நகர் அவ்வே, அவ்வே
பகைவர் குத்திக் கொடுநுதி சிதைந்து
கொல்துறைக் குற்றில்.

“மன்னா! போருக்கான உனது ஆயுதங்கள் அனைத்தையும் பார்த்தேன். அத்தனையும் மயிலிறகு மற்றும் பூமாலையால் அழகுற

அலங்கரிக்கப்பட்டிருந்தன. ஆனால் அதியமானது ஆயுதங்கள் இரத்தத்தில் நனைந்து பகைவர்களின் சதைத் துணுக்குகள் ஒட்டி அனைத்தும் நிறம் மங்கிக் கிடக்கின்றன. முனை மழுங்கித் தற்போது கொல்லன் பட்டறையில் பழுது பார்ப்பதற்காகக் குவிக்கப் பட்டிருக்கின்றன" என்பதுதான் இந்தப் பாடலின் பொருள்.

அதியமான் பல போர்க்களங்களைக் கண்டவன் என்பதை இரத்தினச் சுருக்கமாக இளந்திரையனுக்கு விளக்கிவிட்டார் அவ்வை.

இளந்திரையனைப் புகழ்வதுபோல இகழ்ந்தும், அதியமானை இகழ்வதுபோலப் புகழ்ந்தும் அமைந்திருந்த இந்தப் பாடலின் உட்பொருளைச் சட்டென்று புரிந்து கொண்டான் இளந்திரையன்.

இதற்கு மேலும் இந்தப் போரை நடத்துவது சரியாக இருக்காது என்பதை உணர்ந்து கொண்ட இளந்திரையன், அவ்வைக்கு அனைத்துச் சிறப்புகளையும் இன்முகத்தோடு செய்தான். அவரை மனமார வாழ்த்தி பரிசுகளையும் அளித்து தகடூருக்கு அனுப்பி வைத்தான்.

மட்டுமல்லாமல் அதன்பிறகு அதியமானோடு நல்ல நட்பையும் ஏற்படுத்திக் கொண்டான்.

நண்பன் அதியமானுக்காக ஒரு பெரும் போரைத் தவிர்த்து மக்களைக் காப்பாற்றினார் அவ்வைப் பிராட்டியார்.

உயிருக்கு உயிராகப் பழகிய நண்பன் அதியமான் போர் ஒன்றில் மரணத்தை அடைந்தான். அப்போது பெரும் துயரம் அடைந்தார் அவ்வை.

சிறியகட் பெறினே யெமக்கீயு மன்னேசிறியகட்
பெறினயெமக்கீ மன்ன
பெரியகட் பெறினேபெரியகட் பெறின
யாம்பாடத் தான்மகிழ்ந் துண்ணு மன்னேயாம்பாடத்
தான்மகிழ்ந் துண்ணு மன்ன
சிறுசோற் றானு நனிபல கலத்தன்மன்னே
சிறுசாற்றானுநனிபலகலத்தன்மன்ன

இவ்வாறு தனது துயரத்தைப் பாடல் மூலம் வெளிப் படுத்தினார் அவ்வையார்.

'சிறிதளவு கள் இருந்தாலும் அதனையும் எமக்குத் தருவான். அதிகளவு கள்ளை வைத்திருந்தாலும் அதனையும் எமக்களித்து நான் பாட அதைக் கேட்டு மகிழ்ந்து பருகுவான்.

சோறு சிறிதளவே இருந்தாலும் அதனையும் தான் மட்டுமே உண்ணாமல் அனைவருக்கும் பகிர்ந்தளிப்பான். அதிகளவு சோறு இருந்தாலும் அதையும் பலரோடும் பகிர்ந்து உண்பான்.

எலும்போடு கூடிய தசை கிடைத்தால் அதை எமக்கும் அளிப்பான். அம்புடன் வேல் தைக்கும் போர்க்களமானால் அங்கு அவனே முன்னிற்பான். நறுமணமுள்ள தன் கையால் புலால் மணக்கும் என் தலையை அன்போடு தடவி நட்பைக் கூறுவான்.

இவையெல்லாம் இப்போது கழிந்தன'.

இவ்வாறு அதியமானுடனான தனது நட்பின் இறுக்கத்தைக் கண்ணீரோடு விவரித்தார் அவ்வையார்.

நட்பு என்பது எப்படி இருக்க வேண்டும் என்பதற்கு அவ்வை - அதியமானின் நட்பில் இது ஒரு துளி மட்டுமே.

இவர்களது நட்பைப் பற்றிக் கூற வேண்டுமென்றால் அதுவே ஒரு புத்தகமாக மாறிவிடும்.

கோப்பெருஞ்சோழன் - பிசிராந்தையார்

பாண்டிய நாட்டைச் சேர்ந்தவர் பிசிராந்தையார். பிசிர் என்ற ஊரில் பிறந்த இவரது இயற்பெயர் ஆந்தையார். அந்த நாட்களில் தங்களது பெயருடன் ஊர்ப் பெயரையும் இணைத்துக் கொள்வது வழக்கம். அப்படித்தான் இவரது பெயருடன் பிசிர் சேர்ந்து பிசிராந்தையார் ஆனது.

பிசிராந்தையார் பெரும் புலவர்.

யாண்டு பலவாக நரையில வாகுதல்
யாங்காகியர் என வினவுதிராயின்

இந்தப் பாடல் இவருக்குப் பெரும் புகழைத் தேடித் தந்தது என்பது குறிப்பிடத்தக்கது.

பாண்டிய நாட்டைச் சேர்ந்தவர் என்றாலும் அண்டை நாடான சோழ நாட்டின் அன்றைய மன்னராக இருந்த கோப் பெருஞ்சோழன் மீது அளவற்ற நட்பு கொண்டிருந்தார்.

கோப்பெருஞ்சோழ மன்னரின் நல்லியல்புகளைப் பற்றி நிறைய கேள்விப்பட்டுள்ளார். தமிழ் மீது அபார பற்றும் பாசமும் வைத்திருந்தார் அச்சோழ மன்னர். மட்டுமல்லாமல் மற்றொரு தனிச் சிறப்பும் அவருக்கு இருந்தது.

அது -

பாடல்கள் இயற்றும் திறனும் இருந்தது. எனவே தமிழ்ப் புலவர்கள் மீது அளவற்ற அன்பு கொண்டிருந்த மன்னர் அவர். புலவர்களை வரவழைத்து கவிதைகள் புனையச் சொல்லி அதனைக்

கேட்டு ரசித்து எண்ணிலடங்காப் பரிசுகளை அளித்து கௌரவிப்பதில் பெரும் வள்ளலாக இருந்தார்.

இப்படிப்பட்ட சிறப்புடைய கோப்பெருஞ்சோழனைப் பற்றி இன்னும் நிறைய கேள்விப்பட்ட பிசிராந்தையார், தன்னை அறியாமலேயே அவர் மீது இனம்புரியாத அன்பு செலுத்தினார்.

உறையூரானது தனது சொந்த ஊரான பிசிரில் இருந்து அதிக தூரத்தில் இருந்ததால் மன்னனை நேரில் சென்று சந்திக்க அவரால் முடியாமல் போயிற்று.

எனினும் சோழ நாட்டில் இருந்து யார் பாண்டி நாட்டிற்கு வந்தாலும் அவர்களிடம் மன்னரைப் பற்றி விசாரித்துத் தெரிந்து கொள்வதில் அதிக ஆர்வம் காட்டிவந்தார் பிசிராந்தையார்.

இதனையறிந்த கோப்பெருஞ்சோழனும் பாண்டிய நாட்டுக்கு யார் சென்றாலும் தன் அன்பைப் பிசிராந்தையாரிடம் தெரிவிக்கு மாறு கூறிவந்தார்.

இவ்வாறு கோப்பெருஞ்சோழன் - பிசிராந்தையார் நட்பு ஒருவரையொருவர் நேரில் பார்த்துக் கொள்ளாமலேயே நீடித்து, வலுவடைந்து கொண்டே இருந்தது.

இந்நிலையில் சோழ நாட்டில் ஒரு பிரச்சனை உருவானது. புலவர்களுக்கு அதிகமான நன்கொடை அளிப்பதும், பரிசில்கள் அளிப்பதும் கோப்பெருஞ்சோழ மன்னனின் புதல்வர்களுக்குப் பிடிக்கவில்லை.

தந்தையிடம் இதனை நிறுத்துமாறு கோபமாகக் கூறிப் பார்த்தனர். ஆனால் தமிழ் மீதான காதல் காரணமாக தனது செயலை நிறுத்துவதற்கு மறுத்துவிட்டார் மன்னர்.

கோபம் கொண்ட புதல்வர்கள், மன்னரை எதிர்த்துப் போரிட்டு ஆட்சியைக் கைப்பற்றத் தீர்மானித்தார்கள்.

தனது புதல்வர்களே தனக்கு எதிராகப் போரிடத் தயாரான தும், அவர்களை எதிர்த்துப் போரிடுவதற்கு மன்னரும் தயாரானார்.

இதைக் கண்டு திடுக்கிட்டுப்போன புலவர் எயிற்றியனார் என்பவர் கோப்பெருஞ்சோழனிடம், "மன்னா! தாங்கள் மறைந்த பிறகு இந்த நாட்டை ஆளப் போகிறவர்கள் உங்கள் புதல்வர்கள் தானே? அப்படியானால் அவர்களோடு இந்த அற்ப பதவிக் காக சண்டையிடத் தீர்மானித்திருப்பது எப்படி நியாயமாகும்? என்று கேட்டார்.

தனது தவற்றை உணர்ந்தார் மன்னர். புதல்வர்களை அழைத்தார். அவர்களை மன்னித்ததோடு ஆட்சிப் பொறுப்பையும் அவர்களிடமே வழங்கிவிட்டார். அப்புறம் வடக்கிருந்து உயிர் நீக்கப் போவதாகவும் கூறிவிட்டார்.

'வடக்கிருத்தல்' என்பது அந்தக் காலக்கட்டத்தில் சர்வசாதாரணமாக நடந்த ஒன்று. சொட்டுத் தண்ணீரும்

அருந்தாமல் வடக்குத் திசை நோக்கி அமர்ந்து உயிரை விடுதல் என்பதுதான் 'வடக்கிருத்தல்' ஆகும்.

இவ்வாறு தனது உயிரைப் போக்கிக் கொள்வதற்காக வடக்கிருந்தார் கோப்பெருஞ்சோழன்.

ஆனால் சோழ நாட்டில் இவ்வளவு பெரிய சம்பவம் நிகழ்ந்து கொண்டிருந்தது பிசிராந்தையாருக்குத் தெரியாது. உடனே தெரிந்து கொள்வதற்கு வழியும் கிடையாது.

இன்றைய காலத்தைப்போல அன்று தகவல் தொழில்நுட்பம் சுத்தமாகக் கிடையாது என்பதை நினைவில் நிறுத்திக் கொள்ளுங் கள்.

இதனிடையே வடக்கிருந்த மன்னன், புலவர் பொத்தியார் என்பவரிடம், "என் நண்பர் பிசிராந்தையார் என்னைப் பார்ப்பதற்கு கண்டிப்பாக வருவார். அவரிடம் எனது அன்பை மறக்காமல் தெரிவித்து விடுங்கள்" என்றார்.

பொத்தியாருக்கு இது குழப்பத்தைத் தந்தது.

"பிசிராந்தையார் இங்கு எப்படி வருவார்? தாங்கள் வடக்கிருக் கும் தகவல் அவர் தெரிய வாய்ப்பே இல்லாதபோது அவர் இங்கு வருவார் என்று நினைப்பது எப்படி சரியாகும் மன்னா?" என்று கேட்டார்.

ஆனால் மன்னரோ, "அதுவெல்லாம் எனக்குத் தெரியாது. நிச்சயமாக பிசிராந்தையார் இங்கு வருவார் என்று என் உள்மனம் சொல்கிறது" என்றார் உறுதியாக.

அதிதீவிர நட்பு காரணமாக யதார்த்தத்தைப் பற்றிச் சிந்திக் காமல் மன்னர் இப்படிப் பேசுவதாக நினைத்தார் பொத்தியார். அங்கிருந்த பிற புலவர்களும் மற்றவர்களும்கூட இப்படித்தான் நினைத்தனர்.

இவர்கள் தங்களுக்குள் இவ்வாறு கிசுகிசுத்துக் கொண்டாலும் அது மன்னரின் காதில் விழுந்துவிட்டது.

பிசிரோ னென்பவென் னுயிரோம் புநனே

செல்வக் காலை நிற்பினும்

அல்லற் காலை நில்லலன் மன்னே

என்று புலவர்களிடம் கவிதையாகவே கூறினார் மன்னர் கோப்பெருஞ்சோழன்.

அதாவது, 'பிசிர் என்னும் ஊரை உடையவன், நான் செல்வச் செழிப்போடு இருந்தபோது என்னைக் காண வருபவன் அல்லன். நான் துன்புற்றிருக்கும் வேளையில் வரக்கூடியவன். கண்டிப்பாக வருவான்' என்பதுதான் இப்பாடலின் பொருள்.

மன்னரின் இந்த உறுதிப்பாடு அவர்களுக்குத் திகைப்பாக இருந்தது.

ஆனாலும் இது நிஜமாகவே நடக்கும் என்பதில் அவர்களுக்கு எள்முனை அளவுகூட நம்பிக்கை இல்லை.

என்றாலும் மன்னரின் மனம் நோகாமல் இருக்க வேண்டும் என்பதற்காக அவரது வேண்டுகோளை ஏற்றுக்கொண்டனர்.

நாட்கள் சில கடந்தன.

தண்ணீர்கூட அருந்தாமல் மன்னர் கோப்பெருஞ்சோழன் தனது உயிரை நீத்தார்.

அவர் மரணமுற்ற ஓரிரு நாட்களில் அனைவரும் வியப்பின் உச்சத்திற்கே செல்கிற அளவிற்கு புலவர் பிசிராந்தையார் அங்கு வந்தார். மன்னரின் கூற்று நூறு சதவீதம் உண்மையானது.

மன்னர் வடக்கிருந்து உயிர்விட்டதை பிசிராந்தையாருக்கு அனைவரும் தெரிவித்தனர்.

தனது உற்ற நண்பரை உயிரோடு பார்க்க முடியவில்லையே என்ற ஏக்கம் முள்ளாய்த் தைத்தது. மனம் வருந்தி அழுது ஆற்றினார்.

மரணத்தை முத்தமிடுகிற நேரத்திலும் தமது அன்பைத் தெரிவிக்குமாறு அங்கிருந்தோரிடம் கூறியதைக்கேட்டு விக்கித்து நின்றார்.

கோப்பெருஞ்சோழன் தன் மீது வைத்திருந்த அன்பின் ஆழம் பிசிராந்தையாரை உலுக்கிவிட்டது.

தனது உற்ற நண்பர் கோப்பெருஞ்சோழன் எங்கிருந்து உயிரை விட்டாரோ அதே இடத்திற்குச் சென்ற பிசிராந்தையார், வடக்கிருந்து உயிர்நீத்தார்.

அதாவது நட்புக்காக உயிரை விட்டார்.

இவர்களின் ஆத்மார்த்தமான நட்பைப் பார்த்து உணர்ச்சி வசப்பட்ட புலவர் பொத்தியார் வடித்த பாடல் புறநானூற்றில் 217ஆம் பாடலாக இடம்பெற்றுள்ளது.

இசைமரபு ஆக நட்பு கந்தாக
இனியதோர் காலை ஈங்கு வருதல்
வருவன் என்ற கோனது பெருமையும்
அது பழுதின்றி வந்தவன் அறிவும்
வியத்தொறும் வியப்பிறந்தன்றே

நல்லதொரு பொழுதில் தனது நண்பன் பிசிராந்தையார் இங்கு வருவார் என்று கூறினாரே மன்னர் கோப்பெருஞ்சோழன். மன்னனின் பெருமையும், அச்சொல் பழுதுபோகாமல் இங்கு வந்த புலவரின் அறிவும் பெரு வியப்பைத் தருகிறது.

இதுதான் இந்தப் பாடலின் பொருள்.

புலவர் பொத்தியாருக்கு மட்டுமல்லாமல் அனைவருக்குமே இப்படித்தான் தோன்றுகிறது.

பாரி - கபிலர்

மன்னர் பாரியைப் பற்றித் தெரியாதவர்களே இருக்க முடியாது. பறம்பு மலையை ஆண்ட குறுநில மன்னர் பாரி.

இவரது கொடைச் சிறப்பு தமிழகத்தின் பல பகுதிகளிலும் விரிவாக அறியப் பட்டு இவருக்குப் பெரும் செல்வாக்கை மக்கள் மத்தியில் வழங்கி இருந்தது.

ஒரு குறுநில மன்னர் இந்த அளவிற்குப் பேரும் புகழும் பெற்று விளங்கியது மூவேந்தர்களான சேர, சோழ, பாண்டிய மன்னர்களுக்குப் பொறாமையை வரவழைத்தது. கோபத்தை ஏற்படுத்தியது.

பாரியை அழித்துவிட வேண்டும் என்று நினைத்து மூவேந்தர் களும் ஒரு சேரப் படையெடுத்துச் சென்றனர்.

மலைமேல் இருந்த பாரியை அவர்களால் முற்றுகையிட முடிந்ததே தவிர அருகில் நெருங்கவே முடியவில்லை.

குறுநில மன்னரான பாரியிடம் மூவேந்தர்களும் தோற்றுப் போய்விட்டனர்.

பாரியின் உற்ற நண்பர் புலவர் கபிலர். நண்பன் பாரியைத் தவிர வேறு யாரையுமே தனது வாயால் புகழ்ந்து பாடுவதே இல்லை என்ற குறிக்கோளுடன் நண்பனுக்காகவே வாழ்ந்து வந்தவர் இவர்.

மூவேந்தர்களையும் நேரில் போய்ச் சந்தித்து அவர்களிடம் பாரியின் பெருமையைப் புலப்படுத்தும் வகையில் பாடல் ஒன்றைப் பாடினார் கபிலர்.

கடந்து அடுதானை மூவிரும் கூடி
உடன்றனிர் ஆயினும், பறம்பு கொளற்கு அரிதே
முந்நூறு ஊர்த்தே தண்பறம்பு நல்நாடு
முந்நூறு ஊரும் பரிசிலர் பெற்றனர்
யாமும் பாரியும் உளமே
குன்றும் உண்டு நீர் பாடினிர் செலினே

'நீங்கள் மூவரும் ஒருசேரக் கூடி நின்றாலும் பறம்பு நாட்டைக் கைப்பற்றுவது அரிதான ஒன்றே. தனக்குச் சொந்தமான ஊரை எல்லாம் தானமாக அள்ளிக் கொடுத்து விட்டதால் இப்போது மன்னர் பாரியிடம் நாடே இல்லை. மலை மட்டுமே உள்ளது. மலை நிகர்த்த பாரியும், இடையே நானும் உண்டு. யார் வேண்டு மானாலும் ஆடுநர் பாடுநராகச் சென்று வேண்டினால் பாரி தன்னையே தானமாகக் கொடுத்து விடுவார். மலையைக் கேட்டாலும் கொடுத்துவிடுவார்" என்று பாரியின் பெருமையைக் கவிதையாகக் கொட்டினார் கபிலர்.

மூவேந்தர்களும் பாரியின் கொடைத் திறத்தைத் தங்கள் வஞ்சகத் திட்டமாக மாற்றுகின்றனர். அதனைப் பயன்படுத்தி பாரியைக் கொன்றுவிடவும் தீர்மானித்தனர்.

போலி வேடமிட்டு பாரியைக் கொலை செய்யத் திட்டமிட்டனர்.

ஒருநாள் பாரியிடம் தானம் பெற்றுச் செல்வதற்காக புலவர் வேடத்தில் கபடதாரிகள் மூவர் வந்தனர்.

அள்ளிக் கொடுக்கும் பாரி மன்னரைச் சந்தித்து கொடை பெற அவர்களுக்கும் அனுமதி வழங்கப்பட்டது.

பாரி அவர்களை நெருங்கி அவர்களின் குறை என்னவென்று கேட்டபோது, இதுதான் தக்க சமயம் என்று அவர்கள் தாங்கள் மறைத்து வைத்திருந்த கைவாளால் மன்னரின் மார்பில் ஓங்கிக் குத்தினர்.

திடுக்கிட்டுப்போன அங்கிருந்த வீரர்கள் அம்மூவரையும் தாக்குவதற்காக சூழ்ந்தபோது மன்னர் பாரி சொன்னார், "இவர்கள் என்னிடம் தானம் கேட்டு வந்தவர்கள். அவர்களைக் கொல்வது

சரியாக இருக்காது. அவர்களைப் பத்திரமாக இங்கிருந்து அனுப்பி வையுங்கள்" என்று மரணத்தறுவாயிலும் உத்தரவிட்டார் பாரி.

இந்த இழிவான காட்சியைப் பார்த்துக் கொண்டிருந்த புலவர் கபிலர், துன்பத்தின் உச்சத்திற்கே சென்றுவிட்டார். வாளால் தனது உயிரை மாய்த்துக் கொள்ளத் தனது மார்பை நோக்கி வாளை ஓங்கினார்.

இறப்பின் கடைசிக் கட்டத்தில் இருந்த மன்னர் பாரி, தனது கையை அசைத்து 'ஒழிக' என்றார். அதாவது, 'தற்கொலை செய்ய வேண்டாம்' என்ற பொருள்படும்படியாகவே 'ஒழிக' என்று கூறி கபிலரைத் தடுத்தார் பாரி.

அதன்பின்னர் பாரியின் உயிர் போய்விடுகிறது. அவரோடு தன் உயிரும் போகவில்லையே என்று மனமுடைந்து போய் விடுகிறார் கபிலர்.

பாரியின் குழந்தைகளான அங்கவை, சங்கவை ஆகியோரைப் பாதுகாக்கும் பொறுப்பு கபிலருக்கு வந்துவிடுகிறது. நண்பனுக்காக இதனைச் செய்தே ஆக வேண்டிய கட்டாயம்.

பாரியைத் தவிர வேறு யாரையும் புகழ்ந்து பாடாத கபிலர், அவரது குழந்தைகளுக்காக பிற மன்னர்களையும் பாட வேண்டிய இக்கட்டான நிலைக்குத் தள்ளப்படுகிறார்.

இக்குழந்தைகள் இருவருக்கும் மணமுடித்துக் கொடுத்து விட்டால் நண்பனுக்குச் செய்ய வேண்டிய தனது கடமை முடிந்து விட்டதாக இருக்கும் என்று ஒவ்வொரு மன்னராகப் பார்த்துப் பேசுகிறார் கபிலர்.

அவர்களைப் புகழ்ந்து பாடவும் செய்கிறார்.

ஆனால் வேந்தர்கள் பலரும் மணமுடிக்க மறுத்து விடுகின்றனர்.

இதனால் வேதனையில் வெந்து போகிறார் கபிலர்.

அற்றைத் திங்கள் அவ் வெண் நிலவில்
எந்தையும் உடையேம் எம் குன்றும் பிறர் கொளார்
இற்றைத் திங்கள் இவ் வெண் நிலவில்
வென்று எறிமுரசின் வேந்தர்
எம் குன்றும் கொண்டார் யாம் எந்தையும் இலமே

பாரியின் குழந்தைகள் பாடுவதைப் போன்று கபிலரே பாடி உள்ளார்.

'அன்றொரு நாள் முழுநிலவில் எங்கள் தந்தையும் இருந்தார். எங்கள் குன்றும் எங்களோடு இருந்தது. இன்று இந்நிலவில் முரசறைந்த வேந்தர் குன்றைக் கொண்டார். எங்கள் தந்தையும் இப்போது எங்களுடன் இல்லை' என்பதுதான் இந்தப் பாடலின் பொருள்.

இருப்பினும் தனது முயற்சியைக் கைவிடாமல் தொடர்ந்து முயற்சித்துக் கொண்டே இருக்கிறார் கபிலர். குறுநில மன்னர் இருங்கோவேளிடம் சென்றார். தன்னைப் பாரியின் நெருங்கிய சிநேகிதனாக அறிமுகப்படுத்தி அவரது மகள்களை ஏற்றுக்கொள்ளுமாறு வேண்டிக் கேட்டுக் கொண்டார்.

படுமணி யானைப் பறம்பின் கோமான்
நெடுமாமப் பாரி மகளிர் யானே
தந்தை தோழன் இவர்என் மகளிர்
அந்தணன் புலவன் கொண்டுவந் தனனே!

பாரியின் குழந்தைகளை மணமுடிக்கச் சம்மதித்தால் மூவேந்தர்களின் கோபத்திற்கு ஆளாக வேண்டியிருக்கும் என்பதால் அதற்கு மறுத்துவிட்டார் இருங்கோவேள்.

இப்படியொரு கல்வெட்டு கீழையூர் பெண்ணையாற்றுத் துறைக்கு அருகில் உள்ள ஆற்றங்கரையில் காணப்படுகிறது. திருக்கோவிலூரில் உள்ள கீழையூர் வீரட்டானேஸ்வரர் கோயிலில் கி.பி. 10ஆம் நூற்றாண்டில் எழுதப்பட்ட முதலாம் ராஜராஜனின் கல்வெட்டு ஒன்று உள்ளது.

அதில், 'மலையமானிடம் பாரியின் பெண்களை கபிலர் அடைக்கலப்படுத்திவிட்டு தீ மூட்டி உயிர் நீத்தார்' என்று அந்தக் கல்வெட்டில் குறிப்பிடப்பட்டுள்ளது.

பாரியின் குழந்தைகள் யாருக்கு மணமுடித்து வைக்கப்பட்டனர் என்பது குறித்த தகவல்கள் எதுவுமே இல்லை. 'பகைவர் எளிதில் அணுகாத பார்ப்பனர் ஒருவரிடம் பாரியின் பெண்களைப் பாதுகாப்பாக ஒப்படைத்துவிட்டு மனச்சுமை நீங்கினார் கபிலர்' என்று புறநானூற்று உரை ஒன்று. பகர்கிறது.

இறப்பதற்கு முன்பாகக் கபிலர் இயற்றிய பாடல் ஒன்று நெஞ்சைக் கசக்கிப் பிழிவதாய் அமைந்துள்ளது.

யான் மேயினேன் அன்மையானே ஆயினும்,
இம்மைபோலக் காட்டி, உம்மை
இடைஇல் காட்சி நின்னோடு
உடன் உறைவு ஆக்குக, உயர்ந்த பாலே

'என்னைப் பல ஆண்டுகள் நலமோடு காத்து வந்தாய். அன்றைய நாட்களில் நீ என்னோடு உயிரோடு கலந்த நட்பு

கொண்டிருந்தாய். ஆயினும் நீ இவ்வுலகை விட்டுப் பிரியும் வேளையில் என்னையும் உன்னோடு உடன்வரவிடாது, நீ மட்டும் பிரிந்து சென்றுவிட்டாய். இதனால் நீ என்னிடம் இருந்து வேறுபட்டாய். நான் உனக்குப் பொருந்தாதவன் போலும்.

இனி, இப் பிறப்பில் நம்மிருவரையும் கூட்டி ஒன்றிய நட்பால் உயர் வாழ்வு வாழச்செய்த நல்லூழ், மறுமையிலும் உன்னோடு உடனுறையும் வாழ்வை நல்குவதாக"

இவ்வாறு பாடிவிட்டு தீயில் குதித்து தனது உயிரை நீத்தார் கபிலர்.

பெண்ணையாற்றில் ஒரு சிறு குன்று காணப்படுகிறது. அதன் மேல் ஏறிச் செல்வதற்குப் படிக்கட்டுகள் அமைந்துள்ளன. அதன் மேலே கோயில் ஒன்றும் காணப்படுகிறது. கோயிலைச் சுற்றிவர வழித்தடமும் உள்ளது.

இதனை அப்பகுதி மக்கள் 'கபிலர் குன்று' என்றும், 'கபிலர் கல்' என்றும் கூறுகின்றனர்.

கபிலர் பிராமண குலத்தைச் சேர்ந்தவர் என்று இலக்கியங்கள் தெரிவித்தாலும், அவரைப் பொருத்த மட்டில் உண்மையான, தூய்மையான தமிழ்ப் புலவராகவே வாழ்ந்து வந்துள்ளார்.

தனது உயிர் நண்பர் பாரியோடு உயிர் துறக்க முயன்றும் முடியாது போகவே, தமது பணிகளை நிறைவு செய்யும் வரைக் காத்திருந்தது, பின்னர் பாரிக்காக உயிர் துறந்துள்ளார்.

நட்பின் மேன்மையை, நெருக்கத்தை, உண்மையை இதன்மூலம் அனைவரும் அறிந்துகொள்ள முடியும்.

பாரி - கபிலர் நட்புணர்வு இன்றும் மிக உயர்வானதாகப் போற்றிப் புகழப்படுகிறது.

தலைவியும் தோழியும்

சங்க கால இலக்கியத்தில் காதல் வயப்பட்ட ஆண் பெண் இருவரையும் தலைவன், தலைவி என்று குறிப்பிடப்பட்டுள்ளது. இவர்கள் பொதுமக்களாக சாதாரணமானவர்களாகவும் இருக்கலாம். அரச குலத்தைச் சார்ந்த உயர்குடியினர்களாகவும் இருக்கலாம்.

இவர்களோடு நட்போடு இருக்கும் தோழியரை, தோழர்களை சங்க இலக்கியம் 'பாங்கி' என்றும், 'பாங்கன்' என்றும் அழைக்கிறது.

சங்க இலக்கியங்களில் அக இலக்கியங்கள் தனிச்சிறப்புப் பெற்றவையாக விளங்குகின்றன.

காதல் களத்தில் தலைவியோடு எப்போதும் உடனிருக்கும் பேறுபெற்ற பாத்திரமாக இருப்பது தோழிதான்.

தலைவன் அதிகாரம் மிக்கவனாகவும், வலிமை மிக்கவனாகவும் விளங்குவான். அவனுடைய காதலை வழிநடத்தி, அதைத் திருமணம் வரைக் கொண்டு செல்வதில் பெரும் பங்கு வகிப்பவள் தோழி பாத்திரமே.

பண்டைக் காலத்தில் பெண்கள் தனியாக வீட்டை விட்டு எங்கும் செல்ல முடியாது. கட்டுப்பாடுகள் அதிகம். இவ்வாறான சூழலில் தன் உணர்வுகளைப் பகிர்ந்து கொள்ளவும், காதலுக்காக தூது செல்லவும், காதல் பற்றிய ரகசியத்தைப் பேணிக் காக்கவும் தலைவிக்குத் தோழியே உறுதுணையாக இருந்தாள்.

இதனால்தான் தலைவிக்கும் தோழிக்கும் இடையே இணை பிரியா நல்ல நட்பு தொடர்ந்து இருந்து வந்தது.

இதுபற்றி குறுந்தொகையில் கபிலர் பாடிய பாடல் ஒன்று உள்ளது. அதனை விவரித்துப் பார்த்தால் தலைவி மற்றும் தோழியின் நட்பு எப்படி இருந்தது என்பதை நம்மால் புரிந்துகொள்ள முடியும்.

நள்ளிரவு.

மலை சூழ்ந்த இடம்.

தலைவனின் வருகைக்காகக் காத்திருந்தாள் தலைவி.

அப்போது தோழியின் உள்ளத்தில் சில கேள்விகள் எழுந்து கொண்டிருந்தன.

“தலைவனோ உன்னைத் திருமணம் செய்யாமல் காலம் தாழ்த்திக் கொண்டே இருக்கிறான். அவனிடம் திருமணத்தைப் பற்றிப் பேச வேண்டும் என்று நீயும் நினைக்கிறாய். ஆனால் அவனைச் சந்தித்ததும் ஏதோ ஒரு மயக்கத்தில் இருந்து விடுகிறாய். அதனால் திருமணத்தைப் பற்றிப் பேச மறந்து போகிறாய். ஆகவே இன்று நீ தலைவனைச் சந்திக்க வேண்டாம். உனக்குப் பதிலாக நான் அவனைச் சந்தித்து இதுபற்றிப் பேசுகிறேன்” என்று கூறுகிறாள் தோழி.

இதுவும் நல்ல யோசனையாகத் தெரியவே சம்மதித்து விடுகிறாள் தலைவி.

தலைவனும் அங்கே வருகிறான். தலைவியைத் தேடி நாலா புறமும் அவனது விழிகள் சுழல்கின்றன.

அப்போது தோழி அவனருகே செல்கிறாள்.

அவளிடம் தலைவி எங்கே என்று வினவுகிறான்.

அவளுக்கு உடல்நிலை சரியில்லை என்றும், எனவே இன்று வரமாட்டாள் என்றும் தோழி அவனிடம் பொய் உரைக்கிறாள்.

ஏமாற்றமடைந்த தலைவன், திரும்பிச் செல்ல முயல்கிறான்.

ஆனால் அவனைத் திரும்பிப் போகவிடாமல் தடுக்கிறாள் தோழி. ஈரொரு வார்த்தைகள் பேச வேண்டும் என்றும் சொல்கிறாள்

அவனும் கேள்விக்குறியுடன் அங்கே நிற்கிறான்.

"வேரல் வேலி வேர்கோட் பலவின்
சார னாட செவ்வியை யாகுமதி
யாரஃ தறிந்திசி னோரே சாரற்
சிறுகோட்டுப் பெரும்பழந் தூங்கி யாங்கிவள்
உயிர்தவச் சிறிது காமமோ பெரிதே"

'நீ கொடுத்த காதல் நோய் பலாப்பழம் போல பெருத்து விட்டது. உரிய நேரத்தில் உரியவரால் அந்தப் பழம் பறிக்கப்படா விட்டால் எந்த நேரத்திலும் அதன் காம்பு பலமிழந்து அறுந்து போய்விடக் கூடும்.

அதாவது காதலின் கனம் தாங்காமல் எந்த நேரத்திலும் அவள் தனது உயிரைவிட நேரிடலாம். காம்பு அறுந்து கீழே விழும் பழம் தனது மணத்தை ஊர் முழுவதும் பரப்பிவிடும். அதேபோல தலைவியின் இறப்பின் காரணமும் ஊரெங்கும் பரவி உன் பெயரைக் களங்கப்படுத்திவிடும்.

ஒருவேளை இந்தப் பலாப்பழ உதாரணம் உனக்குப் புரியாமல் இருக்கலாம். ஏனென்றால் வேலிகள் அமைத்து பாதுகாக்கப் பட்டிருக்கும் உன் நாட்டுப் பலா மரங்கள் வேரில்தானே பழுக்கின்றன.

எனவே இனியும் காலந்தாழ்த்தாமல் உடனடியாக விரைந்து சென்று தலைவியைத் திருமணம் செய்துகொள்'. இதுதான் அந்தப் பாடலின் பொருள்.

நறுக்கென்று ஐந்தாறு அடிகள் மட்டுமே உடைய பாடல் மூலம் அனைத்தையும் தலைவனுக்கு உணர்த்திவிட்டு அங்கிருந்து சென்று விடுகிறாள் தோழி.

மூங்கில் வேலிகளால் சூழப்பட்ட வேரில் பழுக்கின்ற பலா மரங்களைக் கொண்ட மலைகள் உடைய நாட்டைச் சேர்ந்தவன் தலைவன் என்பதை இங்கே குறிப்பிடுவது நல்லது.

தலைவிக்காக அவள் தோழி இத்துணை திறமையாகவும், பண்பு தவறாத நுட்பத்துடனும் பேசியிருக்கிறாள். தலைவி மீது அவள் கொண்டிருந்த நட்பின் இறுக்கத்தை இங்கே நாம் புரிந்து கொள்ள வேண்டும்.

தலைவி மீதுதான் தோழிக்கு என்னவொரு பாசம்!

தலைவியின் வாழ்க்கை நன்றாக அமைய வேண்டும் என்பதை மட்டுமே சிந்திக்கிற உண்மையான பாசம்.

அகநானூறு இரண்டாம் பாகத்தில் 112வது செய்யுளை இங்கே நாம் சற்று அலசலாம்.

நாளிடைப் படினென் றோழி வாழாள்
தோளிடை முயக்கம் நீயும் வெய்யை
கழியக் காதலர் ஆயினும் சான்றோர்
பழியொடு வரூஉம் இன்பம் வெஃகார்
வரையின் எவனோ வான்தோய் வெற்ப

இச்செய்யுளும் தலைவிக்காகத் தலைவனைச் சந்தித்துத் தோழி உரையாடுவதாகத்தான் இருக்கிறது.

"இனிமேல் தலைவியைப் பார்க்க ஒரேயொரு நாள் தவறினாலும் தன் உயிரையே மாய்த்துக் கொள்ளும் நிலையில் இருக்கிறாள். அவளின் தோள் மீது சாய்ந்து தழுவிக் கிடப்பதை நீயும் அதிகம் விரும்புகின்றாய் அல்லவா!

சான்றோர்கள் பலரும் தலைவி மீது பாசமும் அன்பும் உடையவர்களாக இருந்தாலும் பழியோடு வரும் காதல் இன்பத்தை விரும்புவதில்லை.

விண்ணை முட்டுகிற மலைகளைக் கொண்ட நாட்டைச் சேர்ந்தவனே! தலைவியை முறைப்படி திருமணம் செய்துகொள்ள இன்னும் ஏன் தயங்குகிறாய்?" என்று போர்க்குணத்தோடு தனது தலைவிக்காகத் தலைவனிடம் வாதிடுகிறாள் தோழி.

இவ்வாறு தலைவியின் காதல் வெற்றி பெறுவதற்காகத் தலைவனிடம் போராடும் தோழி, தலைவியுடன் தனக்கு இருக்கும் நட்பின் ஆழத்தையும் தலைவனுக்குப் படமாக்கிக் காண்பிக்கிறாள்.

யாயே கண்ணினும் கடுங்கா தலளே
எந்தையும் நிலனுறப் பொறா அன் சீறடிசிவப்ப
எவனில குறுமகள் இயங்குதி என்னும்

யாமே, பிரிவின் றியைந்த துவரா நட்பின்
இருதலைப் புள்ளின் ஓருயி ரம்மே

இதுவும் அகநானூறு பாடல்தான்.

இங்கே தலைவனின் காதலைப் பற்றி ஓர் எச்சரிக்கையும் விடுக்கிறாள் தோழி.

'தலைவி மீது நீ மட்டுமே மட்டற்ற அன்பு வைத்திருப்பதாக நினைக்கிறாய். தாய், தன் கண்ணைப் போன்று மகளைப் போற்று கிறாள். இவள் காலடி சிவக்க நிலம் நடக்கப் பொறுக்க மாட்டா தவர் தந்தை. இதுபோன்ற இருதலைப் பறவையை நீ அறிவாயா? அந்தப் பறவையைப் போன்று இருதலை ஓருயிர் ஆனவர். பிரிவு அறியாதவர்' என்று தனக்கும் தலைவிக்கும் இடையேயான அன்பின் ஆழத்தைப் பிட்டுப் பிட்டு வைக்கிறாள் தோழி.

தோழி என்பவள் தலைவன், தலைவியின் வாழ்வு செழுமையான நெறியில் செல்வதற்கு வழி செய்கிறாள்.

அன்பு, அறிவு, அறம் என்னும் மூன்றையும் தனது சொல், மனம், செயல் ஆகியவற்றில் கொண்டவள்தான் தோழி.

நட்பு என்பது இப்படித்தான் இருக்க வேண்டும் என்பதைத் தான் சங்க கால இலக்கியம் நமக்குத் தெளிவாக்குகிறது.

தலைவனும் தோழனும்

தலைவிக்குத் தோழி எப்படிப்பட்டவளாக இருந்தாள் என்பதை விவரித்துள்ள சங்க இலக்கியம், தலைவனுக்குத் தோழன் என்பவன் எப்படி இருக்க வேண்டும் என்பதையும் கலாச்சார, பண்பாட்டுடன் அழகுற விவரித்துள்ளது.

தலைவியின் அகவாழ்வில் தோழியின் பங்கு மகத்தானது. ஆனால் தலைவனின் அகவாழ்வில் தோழனுக்கு அத்தகைய பங்கு இருந்ததாக இலக்கியத்தில் குறிப்பிடப்படவில்லை.

தலைவனிடம் தனக்காகப் பேசுவதற்குத் தோழியைத் தைரியமாகத் தூது அனுப்புகிறாள் தலைவி. அவளுக்குத் தோழி மீதோ, தலைவன் மீதோ எந்தவிதமான ஐயமும் இருக்கவில்லை. அந்தளவிற்குத் தோழியின் மீதும், அவளது நட்பின் மீதும் மிகுந்த நம்பிக்கை வைத்திருந்தாள் தலைவி.

தலைவனோடு தோழி பேசுவதை ஏற்றுக்கொண்ட இலக்கியம், தலைவியோடு தோழன் பேசுவதை அனுமதிக்கவில்லை. காதல் கொண்ட பெண், பிற ஆடவரை நோக்குவதை இலக்கியம்

நளினமாகத் தவிர்த்துவிட்டது. தலைவனின் தோழனாகவே இருந்தாலும் தவிர்த்துள்ளது கவனிக்கத்தக்கது.

தலைவியின் முன்பு தலைவனின் தோழன் எதிர்ப்பட்டாலும் அவனை ஏதோ ஒரு வழிப்போக்கனாகவே தலைவி கருதுவாள். ஏனென்றால் தலைவனின் தோழர்கள் யார் என்றே தலைவிக்குத் தெரியாது.

அப்படியானால் தோழனின் பங்குதான் என்ன என்ற கேள்வி எழத்தான் செய்கிறது.

தலைவியின் இருப்பிடத்தை அறிந்து அதனைத் தலைவனுக்கு கூறுவது, அவள் வருகையை உணர்த்துவது மட்டுமே தோழனின் கடமையாக இருந்தது.

தோழியிற் கூட்டம் போலப் பாங்கன்

உரையாடி இடைநின்று கூட்டாமையின்

என்கிறார் தொல்காப்பியத்தில் நச்சினார்க்கினியார்.

தலைவியைச் சந்திக்கச் சென்ற தலைவன் வாடிய முகத்துடன் வருவதைப் பார்த்த தோழன் நடந்தவற்றை விளக்குமாறு கேட்கிறான். தலைவனும் தயங்கியவாறே நடந்ததை விளக்குகிறான். அதாவது தலைவியோடு பேசிக் கொண்டிருந்தபோது சற்றே உணர்ச்சிவசப்பட்டு அவளை நெருங்கியதாகவும், இதனால் தலைவி கோபித்துக் கொண்டாள் என்றும் கவலையோடு தெரிவித்தான்.

காதலில் இது சாதாரணமானதுதான் என்றும், இதற்காக இந்த அளவுக்குக் கவலைப்படத் தேவையே இல்லை என்றும் தோழன் சமாதானம் செய்கிறான்.

ஆனால் தலைவன் இதனால் சமாதானம் அடையவில்லை. தலைவியும் தோழனும் தன்னைத் தவறாக நினைத்துவிட்டதாகக் கூறி கவலைப்பட்டான் தலைவன்.

அதற்குத் தோழன் தலைவனுக்கு விளக்குவதாக குறுந்தொகையில் பாடல் ஒன்று இடம்பெற்றுள்ளது.

காமம் காமம் என்ப காமம்காமம் காமம் என்ப காமம்

அணங்கும் பிணியும் அன்றே: நினைப்பின்,

முதைச்சுவற் கலித்த முற்றா இளம்புல்

மூதா தைவந் தாங்கு

விருந்தே காமம் பெருந்தோ ளோயே

"காதலில் காமமும், காமத்தில் காதலும் கலந்துதான் இருக்கும். காமம் வருத்தி அழிக்கின்ற ஆயுதம் கிடையாது. தீர்த்துவிட முடியாத கொடிய நோயும் கிடையாது.

அது எந்த வகையிலும் குறைந்தது அல்ல.

அதோ அங்கே பார். பல் விழுந்த வயதான பசு ஒன்று புல் மேய்ந்து கொண்டிருக்கிறது. ஆனால் அது இளம் புல். அப்போது தான் முளைத்து வருகிறது. எனவே அதனை பல் இல்லாத அந்தப் பசுவால் மேய்வது என்பது சாத்தியமற்றதாக உள்ளது. ஆனாலும் அதற்காக அந்தப் பசு வாளாதிருக்கவில்லை. தனது நுனி நாக்கால் அந்தப் புற்களைத் தடவி அவற்றை மேய்ந்து பசியாற்றுகிறது.

அப்படித்தான் காதலோடு இணைந்த காமமும். நினைக்கின்ற போதெல்லாம் இன்பம் அளிக்கும். இதயத்திற்கு இதமும் உற்சாகமும் தரும். மணமுடிக்கும் வரை எல்லை மீறாமல் இன்பத்தை உனக்குள் மட்டும் உணர்ந்து கொள்ள வேண்டும்"

இப்படித்தான் தோழன் தலைவனுக்கு இந்தப் பாடல் மூலமாக உணர்த்துகிறான். அறிவுறுத்துகிறான்.

தலைவனிடம் வருத்தப்படாமல் இருக்கிற மாதிரியான ஆறுதலாகவும் அமைந்துள்ளது. அதே நேரத்தில் எல்லை மீறக் கூடாது என்பதை எச்சரிக்கையோடு உணர்த்துவதாகவும் தோழனது பேச்சு அமைந்திருக்கிறது.

தோழமை என்பது இப்படித்தான் இருக்க வேண்டும் என்பதை அனைவருக்கும் நாசூக்காக உணர்த்தியுள்ளது சங்க இலக்கியம்.

காதலுக்கு அடுத்தபடியாக சங்க இலக்கியங்கள் அதிகம் பேசியது நட்பைப் பற்றியே.

அன்பு, காதல், நட்பு ஆகிய மூன்றுமே வெவ்வேறானதாக இருந்தாலும், உள்ளாய்ந்து பார்க்கும்போது அவற்றிற்கிடையே நிறைய வித்தியாசங்கள் இருந்தாலும், அவை அனைத்துமே ஒன்றோடொன்று பின்னிப்பிணைந்தவை என்பதும் மறுக்க முடியாத உண்மை.

அவற்றிற்கிடையே மிக மெல்லிய நூலிழை அளவு மட்டுமே இடைவெளி உண்டு என்பதுதான் நிஜம். இதனைக் கவனமாகக் கையாள வேண்டும். அப்போதுதான் காதலியுடனும், தோழனுடனும் நெருடலும், கசப்பும் இல்லாத சுக நெருக்கம் கிடைக்கும்.

13

அன்பின் அவதாரங்கள்

நட்புக்கு எத்தனையோ உதாரணங்களைக் கூறலாம். கடந்த காலத்திலும், நிகழ் காலத்திலும் எத்தனையோ எடுத்துக்காட்டுகள் இருக்கின்றன.

அந்த நட்புகளில் குறிப்பிடத்தக்கதாக இரண்டு நட்புகளை நாம் உதாரணத்திற்கு எடுத்துக் கொள்ளலாம்.

ஒரு நட்பு, கார்ல் மார்க்ஸ் - ஏங்கல்ஸ்.

அடுத்து, பிடல் காஸ்ட்ரோ - சேகுவேரா.

இவர்களின் நட்பு உண்மையான நட்புக்கு ஒரு நல்ல எடுத்துக் காட்டு.

ஜெர்மனியின் டிரிவஸ் நகரில் 1818 ஆம் ஆண்டு பிறந்தார் கார்ல் மார்க்ஸ். இந்த ஊர் ரைன் நதிக்கரையில் அமைந்துள்ளது. இவர் ஒரு வழக்கறிஞரின் மகன்.

இதே ஜெர்மனியின் பார்மன் என்னும் சிற்றூரில் 1820ஆம் ஆண்டு

பிறந்தார் பிரட்ரிக் ஏங்கல்ஸ். இந்த ஊர் ரைன் நதிக்கரையில் அமைந்துள்ளது. இவர் மிகப் பெரிய தொழிலதிபர் ஒருவரின் மகன்.

ஆனால் இருவேறு திசைகளில், இருவேறு மாறுபட்ட குடும்பச் சூழலில் இரண்டு ஆண்டுகள் இடைவெளியில் பிறந்த இவர்கள் இருவரும் தொழிலாளர் வர்க்கத்திற்காக இணைந்து போராடிய நல்ல தோழர்களாக இருந்தனர்.

கார்ல் மார்க்ஸ் சட்டம் பயின்று வழக்கறிஞராக வேண்டும் என்று வளர்க்கப்பட்டார். ஆனால் தத்துவத்தில் முனைவர் பட்டம் பெற்று பத்திரிகையாளராக மாறினார்.

தொழிலதிபராக வேண்டும் என்ற நோக்கில்தான் வளர்க்கப் பட்டார் ஏங்கல்ஸ். குதிரை சவாரி, வாள் சண்டை, இராணுவப் பணி என்று பின்னர் அவரது வாழ்க்கை மாறியது.

ஒரு விஷயத்தில் இருவரும் ஒரேவிதமான மனப்போக்கைக் கொண்டிருந்தனர். அதாவது ஏழை எளிய மக்களின் வாழ்க்கை யைக் கண்டு இருவருமே கண்ணீர் வடித்தனர். அவர்களின் மோசமான வாழ்க்கையைக் கண்டு மனம் பதைபதைத்தனர்.

இவர்களின் பெற்றோர்கள் எதிர்பார்த்த வெற்றியைப் பெற முடியாமல் போனது. ஆனால் இந்த இரு ஜீவ நதிகளும் உலகத் தொழிலாளர் வர்க்கத்திற்கு தளர்வற்ற தண்ணீரை விநியோகித்து வளம்பெறச் செய்தது

சிறுவயதிலேயே ‘ரைன்லாந்து கெஜட்’ என்னும் பத்திரிகையில் மார்க்ஸ் எழுதிய புரட்சிகரமான கட்டுரைகளைப் படித்து பெரும் தாக்கத்தைப் பெற்றிருந்தார் ஏங்கல்ஸ்.

மார்க்ஸ் மீது அப்போது மனதளவில் மிகப் பெரிய மரியாதை ஏற்பட்டது. அவரை நேரில் பார்த்துப் பேச வேண்டும் என்ற ஆசையும் ஆர்ப்பரித்தது.

ஏங்கல்ஸின் தந்தை மான்செஸ்டரில் உள்ள ‘எர்மன் அண்ட் ஏங்கல்’ என்னும் துணி ஆலையின் பங்குதாரராக இருந்தார். எனவே அந்த ஆலையைப் பொறுப்புடன் கவனிப்பதற்காக ஏங்கல்ஸ் மான்செஸ்டருக்கு அனுப்பப்பட்டார்.

அங்கு செல்லும் வழியில் கோலன் என்னும் நகரில் கார்ல் மார்க்ஸைச் சந்திக்கும் வாய்ப்பு ஏங்கல்ஸுக்கு நல்கியது. இந்தச் சந்திப்பு 1844ஆம் ஆண்டில் நிகழ்ந்தது.

அப்போது இருவரும் நிறைய கருத்துக்களை ஒருவருக்கொருவர் பரிமாறிக் கொண்டனர். பின்னர் ஆலையைக் கவனிக்கும் பணிக்காக ஏங்கல்ஸ் மான்செஸ்டர் சென்றுவிட்டார்.

இவர்களின் இந்தச் சந்திப்பைப் பற்றியும், மார்க்சிய சிந்தனைகளைப் பற்றியும் வெ. சாமிநாத சர்மா அவருடைய, "கார்ல் மார்க்ஸ்" என்ற நூலில் மிக அழகாகக் குறிப்பிட்டுள்ளார்.

''உலகில் எத்தனையோ சந்திப்புகள் ஏற்படுகின்றன. எத்தனையோ சிநேக ஒப்பந்தங்கள் அழியாத மையினால் எழுதப்படுகின்றன. இந்த ஒப்பந்தங்களில் கையெழுத்து போடுகின்றவர்களும் பெரிய மனிதர்களாக இருந்திருக்கிறார்கள். ஆனால் மார்க்ஸ் - ஏங்கல்ஸ் சந்திப்பு, நட்பு, ஒப்பந்தம், உலக சரித்திரத்தை மாற்றியமைத்ததைப் போல வேறு யாருடைய சந்திப்பும் மாற்றியமைக்கவில்லை.

இவருடைய சுபாவங்களும் அனுபவங்களும் வேறு வேறாய் இருந்த போதிலும் ஒன்றுக்கு ஒன்று துணை செய்வனவாய் இருந்தன. குடும்பம் என்ற கப்பல் இயங்கிக்கொண்டு போவதற்கு எப்படி மனமொத்த தம்பதிகள் அவசியமாய் இருக்கின்றனரோ, அப்படியே சமதர்மமென்னும் கப்பலைக் கொந்தளிப்பான சமுத்திரத்தில் மிதக்க விடுவதற்கு ஒரே பார்வையுடைய இரண்டு பேர் அவசியமாயிருந்தது"

மார்க்ஸ் - ஏங்கல்ஸ் நட்பை இதைவிட யாராலும் மனதைத் தொடுகிற மாதிரி சொல்லவே முடியாது.

மூன்றே ஆண்டுகளில் இந்தப் பணியை வெறுப்போடு தூக்கி எறிந்தார். மார்க்ஸோடு வந்து இணைந்துகொண்டார்.

இருவரின் நட்பும் இறுக்கமானது.

மார்க்ஸுடன் இணைந்து ஏங்கல்ஸும் புத்தகங்கள் எழுதத் தொடங்கினார். தனக்கு இணையான திறமை உடையவர் ஏங்கல்ஸ் என்று உறுதியாக நம்பினார் மார்க்ஸ்.

'நியூயார்க் டெய்லி ட்ரிப்யூனல்' என்னும் பத்திரிகையில் தொடர்ந்து கட்டுரைகள் எழுதுமாறு அதன் உரிமையாளர் கேட்டுக் கொண்டார். அதனையேற்றுக் கட்டுரைகளும் எழுதினார்.

ஆயினும் 'மூலதனம்' என்னும் புத்தகம் எழுத வேண்டிய பணி இருப்பதாகக் கூறி கட்டுரை எழுதுவதை நிறுத்திவிட்டார் மார்க்ஸ்.

ஆனால் அந்தப் பத்திரிகையில் தனக்குப் பதிலாகக் கட்டுரை எழுதும் வாய்ப்பைத் தனது உயிர் நண்பர் ஏங்கல்ஸுக்கு வாங்கிக் கொடுத்தார்.

மார்க்ஸ் வருமானமின்றித் தவித்தார். அவரது குடும்பம் மோசமான வறுமையில் உழன்றது. 'இதனால் மிகுந்த வேதனை அடைந்தார் ஏங்கல்ஸ்.

மீண்டும் மான்செஸ்டர் சென்று தமது தந்தையாரின் ஆலை நிர்வாகத்தைக் கவனிக்கும் பொறுப்பை ஏற்றுக்கொண்டார். அதில் கிடைத்த வருமானத்தின் பெரும் பகுதியை மார்க்ஸுக்கு அனுப்பி அவரது வறுமையைப் போக்கினார். அத்துடன் அவரது எழுத்துப் பணியைத் தொடரவும் தூண்டினார்.

இவ்வாறு அவர் அந்த ஆலையில் ஒன்றோ, இரண்டோ ஆண்டுகள் மட்டும் உழைக்கவில்லை. 16 ஆண்டுகள் உழைத்தார். மட்டுமல்லாமல் அந்தப் பணியில் இருந்து விடுபட்டதும் கிடைத்த பணத்துடன் மார்க்ஸ் வீட்டிற்கு அருகிலேயே குடியிருந்து மார்க்ஸின் எழுத்துப் பணிக்குத் தன்னால் முடிந்த அனைத்து உதவிகளையும் பலன் எதிர்பாராமல் செய்து வந்தார்.

இதுபோன்ற சூழலில் ஏங்கல்ஸின் மனைவி இறந்துபோனார். அந்தத் துக்கம் மறைவதற்குள் மனைவியின் தங்கையும் மரணித்துப் போனார்.

இத்தனை துக்கங்களுக்கு இடையேயும் மார்க்ஸ் குடும்பத்தைக் கவனிப்பதிலும், அவரது எழுத்துப் பணிக்கு உதவுவதிலும் தனது நேரத்தைச் செலவிட்டு வந்தார். இடையிடையே அவரும் எழுதிக் கொண்டிருந்தார்.

மார்க்ஸின் 'மூலதனம்' புத்தகத்தின் முதலாம் பாகம் வெளியானது.

ஆனாலும் அந்தப் புத்தகம் விற்பனையே ஆகாமல் கடைகளில் தூங்கி வழிந்தது.

இது ஏங்கல்ஸுக்கு மிகவும் வருத்தத்தைத் தந்தது. தனது நண்பனின் புத்தகத்தை நிறைய பேர் வாங்கிப்படிக்க ஏதாவது செய்ய வேண்டும் என்று யோசித்தார்.

'மூலதனம் என்ற பெயரில் புத்தகம் ஒன்று வெளியாகி உள்ளது. ஆபத்தான விளைவுகளை ஏற்படுத்தும் விதமாக இந்தப் புத்தகத்தின் கருத்துக்கள் காணப்படுகின்றன. ஆகவே இந்தப் புத்தகத்தை உடனடியாக ரத்து செய்ய வேண்டும்' என்று பத்திரிகை ஒன்றில் புனைப் பெயரில் ஒரு கருத்தைப் பதியவிட்டார் ஏங்கல்ஸ்.

இதன்பின்புதான் மூலதனத்தைப் பலரும் வாங்கிப் படிக்கத் தொடங்கினார்கள். அப்புறம் ஏங்கல்ஸின் கருத்தை ஆதரித்தும் எதிர்த்தும் நிறைய கருத்துக்கள் வெளியாகின.

மூலதனம் நூலை எழுதி முடித்ததும் ஏங்கல்ஸுக்கு ஒரு மனம் திறந்த மடலை எழுதினார் மார்க்ஸ்.

'முன்னுரையைத் திருத்தி நேற்று அனுப்பினேன். ஆகவே இந்தப் பாகம் முடிவடைந்தது. இது சாத்தியமானதற்குக் காரணம் நீ தான். தன்னலம் கருதாத உனது தியாகம் மட்டும் எனக்குக் கிடைக்காமல் போயிருந்தால் மூன்று பாகங்களுக்கான பெரும் பணியை ஒருநாளும் என்னால் செய்திருக்கவே முடியாது. நெஞ்சம் நிறைந்த நன்றியுடன் ஆரத் தழுவுகிறேன் உன்னை. திருத்திய அச்சுப்படிகள் இரண்டை இத்துடன் இணைத்துள்ளேன். அதற்கு பதினைந்து பவுண்ட் பணம் கிடைக்கப் பெற்றேன். மிக்க நன்றி' என்று தனது உணர்வுகளைக் கொட்டியிருந்தார்.

அவர்களுக்கு இடையே இருந்தது ஒரு உறுதியான இலட்சிய நட்பு.

ஜெர்மன் பதிப்பு வெளிவந்த போதிலும் ஆங்கிலப் பதிப்பு வருவதற்காக சுமார் 20 ஆண்டுக்காலம் மார்க்ஸ் காத்திருக்க வேண்டியிருந்தது.

ஆங்கில மொழி பதிப்பு வெளிவருவதற்கு பெரும் பங்கு வகித்தவர் ஏங்கல்ஸ்.

'உலகப் பொருளாதாரத்தின் பைபிள்' என்று போற்றப்படுகிறது 'டாஸ் கேபிட்டல்' என்னும் 'மூலதனம்' புத்தகம். ஆக உலகப் பொருளாதாரத்தின் சூத்திரம் என்னும் மூலதனம் புத்தகத்தைத் தனது உயிரினும் மேலான தோழர் ஏங்கல்ஸுக்கு அர்ப்பணித்திருந்தார் கார்ல் மார்க்ஸ்.

மூலதனத்தின் இரண்டு மற்றும் மூன்றாம் பாகங்களை வெளிக் கொண்டு வருவதற்கு பெருமுயற்சி எடுத்துவந்தார் ஏங்கல்ஸ். இந்நிலையில் ஏங்கல்ஸ் மரணமடைந்தார்.

இறப்பதற்கு முன்பாகத் தனது சொத்துக்கள் அனைத்தையும் கார்ல் மார்க்ஸ் வாரிசுகளுக்குச் சேரும் வகையில் உயில் எழுதி வைத்திருந்தார் என்பது வியப்புத் தரும் உண்மை.

ஒரு நட்பின் ஆழம் என்பது நிச்சயமாக இதுவாக மட்டுமே இருக்க முடியும்.

வாழ்க்கையில் தன்னை முன்னிறுத்துவதைவிடவும் தனது உற்ற நண்பன் மார்க்ஸையும், அவரது படைப்புகளையும் முன்னிறுத்த வேண்டும் என்றே தீவிரமாக உழைத்தவர் ஏங்கல்ஸ்.

இவர்கள் இருவரின் நட்புக்கும் ஈடிணை எதுவும் கிடையாது. அது புனிதமானது. தொழிலாளர் வர்க்கத்தை முன்னேற்றுவதற்காக இணைந்த ஒப்பற்ற நட்பு.

பிடல் காஸ்ட்ரோ - சேகுவேரா

பிடல் காஸ்ட்ரோ - சேகுவேராவின் நட்பு பன்னிரண்டு ஆண்டு காலம்தான். ஆனால் அந்த நட்பின் இறுக்கமும், ஒரே இலட்சியத்தின் அடிப்படை அம்சமும் சேர்ந்து காலங்கடந்தும் நிற்கிறது.

மருத்துவப் படிப்பு முடித்த சேகுவேரா தென்அமெரிக்காவின் பல்வேறு நாடுகளுக்கும் பயணம் மேற்கொண்டார்.

கியூபாவின் விடுதலைக்காக வீரசபதம் ஏற்று அங்கிருந்து வெளியேறினார் பிடல் காஸ்ட்ரோ.

காஸ்ட்ரோவைப் பற்றி ஓரளவுக்கு அறிந்திருந்தார் சேகுவேரா. ஆனால் சேகுவேராவைப் பற்றி காஸ்ட்ரோ அப்போது எதுவும் அறிந்திருக்கவில்லை.

இவர்கள் இருவரும் எதேச்சையாக மெக்சிகோ நாட்டில் 1955 ஆம் ஆண்டு ஜூலை மாதம் 14ஆம் நாள் சந்திக்கின்றனர். அவர்கள் இருவரும் இரவு முழுவதும் தீவிரமாக விவாதித்தனர்.

அந்த விவாதத்தின்போதுதான் பிடலுக்கு ஒன்று புரிந்தது. அதாவது அந்த 27 வயதே ஆன இளைஞர் சேகுவேராவும் கியூபாவின் விடுதலைக்காகத் துடித்துக் கொண்டிருக்கிறார்.

இந்தச் சந்திப்புப் பற்றி பின்னர் சேகுவேரா கூறிய வார்த்தைகள் மிகவும் முக்கியத்துவம் வாய்ந்தது.

“ஒரு குளிர் கால இரவில் நான் அவரைச் சந்தித்தேன், நாங்கள் விவாதித்தோம் இரவு வரை விவாதித்துக் கொண்டேயிருந்தோம். பொழுது விடியும் போது எனக்கு தெரிந்து விட்டது எனது அடுத்த பயணம் அவரோடுதான். அவர் அறிவு கூர்மைமிக்கவராக, தன்னம்பிக்கை உள்ளவராக, அசாத்திய துணிச்சல் நிறைந்தவராக எனக்குக் காட்சியளித்தார்“

பிடல் காஸ்ட்ரோ பற்றித்தான் இவ்வாறு கருத்துத் தெரிவித்தார் சேகுவேரா.

ஒரு காதலி தன் காதலன் குறித்து கொள்ளும் பெருமிதம் தெரிக்கும் இந்த வரிகளுக்கு சொந்தக்காரர் சாட்சாத் சேகுவேராவேதான். இது பிடல் காஸ்ட்டிரோ குறித்த தனது நினைவுகூறல்.

இவர்களின் புரட்சிப் பயணம் தொடங்கியது.

கப்பல் கரையைத் தொட்டபோது ஏவுகணைகளும், எதிரிகளின் துப்பாக்கிக் குண்டுகளும் இவர்களை வரவேற்றது. அங்கிருந்து எப்படியோ தப்பியோடி கியூபாவின் அடர்ந்த காட்டிற்குள் தஞ்சமடைந்தனர்.

புரட்சிப் படைக்கு மருத்துவராகச் சென்றவர் படைக்குத் தளபதியாகவே மாறிவிட்டார்.

நாற்பத்தியெட்டு மாதங்கள் கடுமையான போராட்டம்.

கடைசியில் வெற்றியைத் தொட்டார்கள்.

கியூபா விடுதலை பெற்றது.

நாட்டின் பிரதமரானார் பிடல் காஸ்ட்ரோ.

அர்ஜென்டினா நாட்டைச் சேர்ந்தவராக இருந்தபோதிலும் கியூபாவின் விடுதலைக்காகப் போராடிய சேகுவேராவை அந்நாட்டு மக்கள் மனதார வாழ்த்தி வணங்கினர்.

அதுவரை குவேரா என்ற பெயருடன் விளங்கிய அவரை அந்நாட்டு மக்கள் பாசத்துடன் 'சே' என்று விளித்தனர்.

'சே' என்றால் அவர்கள் மொழியில் 'தோழர்' என்றும், 'நண்பர்' என்றும் பொருள்.

இதன்பின்னர் அவரது பெயரில் 'சே'வும் இணைந்து கொள்கிறது. 'சேகுவேரா' என்று அழைக்கப்பட்டார்.

இன்றளவும் உலகம் முழுவதும் அவர் 'சேகுவேரா'தான்.

அந்நிய தேசத்தைச் சேர்ந்தவர் என்றாலும் சேகுவேராவைத் தங்கள் நாட்டின் தேசிய வங்கியின் தலைவராக நியமித்துத் தனது தோழனுக்கு கௌரவம் சேர்த்தார் பிடல் காஸ்ட்ரோ.

கியூபாவின் பணக் காகிதத்தில் 'சேகுவேரா' என்ற கையெழுத்தைப் பதித்தார் அவர்.

நட்புக்கு இதுமட்டும் போதாது என்று தீர்மானித்த காஸ்ட்ரோ அந்நாட்டின் தொழில்துறை தலைவராக்கியும் அழகு பார்த்தார் பிடல்.

தொழில்துறையில் சீரிய திருத்தங்களைக் கொண்டுவந்து உலகையே அதிர வைத்தார் சே.

அந்நிய நாட்டு நிறுவனங்கள் கொள்ளையடித்ததைத் தடுக்கும் விதமாக அவற்றைத் துரத்தி அடித்தார் சேகுவேரா.

இவ்வாறு பல்வேறு அதிரடிகளைக் கொண்டுவந்த அவர் திடீரென்று தலைமறைவாகிக் காணாமல் போய்விட்டார்.

காஸ்ட்ரோதான் சேகுவேராவை ஏதோ செய்துவிட்டதாகவும் மனசாட்சியே இல்லாமல் வதந்தி பரவத்தான் செய்தது. அவர்களின் நட்பைக் களங்கப்படுத்தும் அனைத்து முயற்சிகளும் திட்டமிட்டுப் பரப்பப்பட்டன.

ஆனால் மீண்டும் திடீரென்று யாரும் எதிர்பாராத தருணத்தில் திரும்பி வந்தார்.

இவ்வாறு அடிக்கடி எங்கோ தலைமறைவாவதும், பின்னர் திரும்பி வருவதுமாகவே இருந்தார் சேகுவேரா.

அவர் இயல்பாகவே ஒரு புரட்சியாளர்.

ஒரே இடத்தில் முடங்கிக் கிடப்பது என்பது அவரால் முடியாத ஒன்றாகவே இருந்தது.

மேலும் எங்கெல்லாம் மக்கள் துன்பத்தில் உழன்று வருகிறார்களோ, அங்கெல்லாம் சென்று போராடி அவர்களுக்கு விடுதலை வாங்கிக் கொடுப்பதற்காகவே பிறவி எடுத்ததாக உணர்ந்தவர் அவர்.

அமைச்சர் பதவி, தேசிய வங்கித் தலைவர் பதவி என்று சொகுசான பதவிகள் வகித்த போதிலும் அவரது புரட்சி மனப்பான்மையைத் தடுத்து நிறுத்தவே முடியவில்லை.

தனது பதவி விலகல் கடிதத்தை காஸ்ட்ரோவிற்கு அனுப்பி விட்டு மாறுவேடத்தில் பொலிவியா நாட்டை நோக்கிப் பயணித்தார் சேகுவேரா.

காஸ்ட்ரோவிற்குத் தினமும் சேகுவேராவைப் பார்த்து சற்று உரையாட வேண்டும்.

அப்போதுதான் அவர் சந்தோஷத்தையும் நிறைவையும் பெறுவதாக உணர்ந்தார்.

இந்நிலையில்தான் பொலிவியா செல்லப் போவதை சே கூறியதும் கலங்கிப்போனார் காஸ்ட்ரோ.

"கண்டிப்பாக நீ அங்கு போய்த்தான் ஆக வேண்டுமா? உன்னை அங்கு அனுப்ப எனக்கு என்னவோ பயமாக இருக்கிறது. மனம் கலக்கமாக இருக்கிறது" என்றார்.

"எனக்கோ பொலிவியா மக்களைப் பார்த்தால் ரொம்பவும் பயமாக இருக்கிறது. அவர்களை விடுவித்து சுதந்திரப் பறவைகளாக பறக்கவிட வேண்டும் என்று உள்ளம் உறுதிகொள்கிறது. மரணம் எப்போது வேண்டுமானாலும் வரத்தானே செய்யும்" என்று உறுதியாகக் கூறினார் சேகுவேரா.

அதன்பின்னர் மூன்று தினங்கள் காஸ்ட்ரோவுடன் தங்கி இருந்துவிட்டுத்தான் பொலிவியாவிற்குப் பயணமானார்.

அங்குள்ள உழைக்கும் மக்களின் உன்னதப் போராட்டத்தில் தன்னை இணைத்துக் கொண்டார். பொலிவியக் காடுகளில் புரட்சிப் படைகளோடு போராட்டத்தை நடத்தினார்.

தனது நண்பரை மீண்டும் கியூபாவிற்கே திரும்பிவந்து தன்னோடு இணைந்து பணியாற்ற விரும்பி அழைத்தார் காஸ்ட்ரோ.

நட்புக்குத் தலைவணங்கினாலும், தனது கொள்கையில் இருந்து விலக முடியாமல் நண்பனின் வேண்டுகோளை வேறு வழியின்றிப் புறக்கணித்தார் சேகுவேரா.

ஒரு அதிகாலைப் பொழுதில் எதிரிகளால் சுற்றிவளைக்கப் பட்டார். அவரைச் சுட்டுத் தள்ளுவதற்கு துப்பாக்கியை ஏந்திப் பிடித்தது. அப்போதும் மரணத்தைப் பற்றி அச்சமே இல்லாமல் எதிரிகளிடம் கூறினார், "எனது நண்பன் பிடல் காஸ்ட்ரோவிடம் சொல். எனது மரணத்தால் புரட்சியை ஒருபோதும் ஒடுக்கிவிட முடியாது என்பதை உரக்கச் சொல். அவரைத் தொடர்ந்து போராடச் சொல். என் மனைவி ஹில்டாவை மறுமணம் செய்து கொள்ளச் சொல்" என்று நெஞ்சு நிமிர்த்திக் கூறினார் சேகுவேரா.

மட்டுமல்லாமல் தனது அச்சமின்மையை தைரியமாக அந்தக் கோழை எதிரிகளிடம் தெரிவித்தார்.

எப்படித் தெரியுமா?

“உனது குறி சரியாக இல்லை. நேராக எனது நெற்றியைக் குறிபார்த்து சுடு” என்றார்.

1967ஆம் ஆண்டு அக்டோபர் 9ஆம் தேதி சேகுவேரா வீர மரணமடைந்தார்.

காஸ்ட்ரோ பயந்ததுபோலவே நடந்தும்விட்டது.

சேகுவேராவை எதிரிகள் கொன்றுவிட்டனர்.

தகவல் அறிந்ததும் நிலைகுலைந்து போனார் காஸ்ட்ரோ. துக்கத்தை அடக்க முடியாமல் அரற்றிக் கொண்டே இருந்தார். அவர் விழிகளில் இருந்து நீர் வழிந்தோடிக் கொண்டே இருந்தது.

சேகுவேராவிற்கு இரங்கல் தெரிவிப்பதற்காக காஸ்ட்ரோ தலைமையில் கியூபா தலைநகர் ஹவானாவில் மிகப் பெரிய பேரணி நடைபெற்றது.

“வரலாற்றின் மகத்தான பக்கங்களில் இடம்பெற்றுவிட்ட சே, நம் காலத்தின் ஒப்பற்ற பெருந்தலைவர். கியூபா மக்கள் அந்த மகத்தான தலைவனை முன்மாதிரியாகக் கொண்டு செயல்பட வேண்டும்” என்று துக்கம் தொண்டையை அடைக்க உரை நிகழ்த்தினார் பிடல் காஸ்ட்ரோ.

ஓர் அற்புதமான நட்பின் மூலம் கியூபா நாட்டின் வரலாற்றையே மாற்றி அமைக்க முடிந்தது என்றால் அந்த நட்புக்குத் தலைவணங்கித்தானே ஆக வேண்டும்.

14

சத்தியத்தில் குளித்து வரும் புன்னகை

நண்பர்களாகிக் கொள்பவர்கள் ஓர் ஈர்ப்பின் அடிப்படையிலேயே இணைகிறார்கள்.

எதேச்சையாகச் சந்திப்பவராக இருந்தாலும் அல்லது பேருந்திலோ, தொடர் வண்டியிலோ அருகில் அமர்ந்து பயணிப்பவராக இருந்தாலும் குறுகிய நேரத்திலேயே இருவரும் பால்ய சிநேகிதர்களைப் போல் பேசத்தொடங்கி விடுகின்றனர்.

இவர்களிடம் ஒருவரை ஒருவர் பரஸ்பரமாய் ஈர்த்துக் கொள்ளும் ஆற்றல் இருப்பது உண்மை.

இந்த நட்பு கணநேரத்தில் நிகழ்ந்து விட்ட ஒன்றாக இருந்தாலும் சில உள்ளார்ந்த உணர்வுகளே நம்மை நட்பு நோக்கி இயக்குகிறது என்பதே உண்மை.

முதலில் நம்மோடு நட்பு பாராட்டவிருக்கும் நபருக்கு நம்மீது விருப்பம் ஏற்படப்போகிறது என்று முதலில் நாம் நம்பவேண்டும்.

அடுத்தவர் தன்னை விரும்புவார் என்று நாம் நம்பினால், அவர் தன்னை விரும்புவார் என்பது போல் நாம் நடந்துகொள்ள வேண்டும்.

அதாவது அடுத்தவர் என்ன மனப்போக்கை உடையவராக இருக்க வேண்டும் என்று நாம் விரும்புகிறோமோ, அதே மனப்போக்கை நாம் கொண்டிருக்க வேண்டும்.

நட்பு பாராட்டுவதற்கு இருக்கக் கூடிய பெரிய தடைகளில் ஒன்று பயம்.

'மற்றவர்கள் தோழமை உணர்வுடன் இருக்க மாட்டார்கள்' அல்லது 'மற்றவர்கள் என்னை விரும்புவதில்லை' என்பது உங்களுடைய அடிப்படை மனப்போக்காக இருந்தால்.

இதன் அடிப்படையிலேயே உங்கள் அனுபவம் அமையும்.

'மற்றவர்கள் தோழமை உணர்வு உடையவர்கள்.அவர்கள் என்னிடம் தோழமையாக நடந்து கொள்ள விரும்புகின்றனர்' என்பது உங்களின் அடிப்படை மனப்போக்காக இருந்தால், இங்கும் உங்கள் மனப்போக்கு உண்மை என்பதை உங்கள் அனுபவமே உணர்த்தும்.

இந்த உலகில் நட்புக்காக ஏங்கிக் கிடப்பவர்கள் ஏராளம். இது ஓர் உலகளாவிய ஏக்கம்.

பிறர் உங்கள் மீது தோழமை உணர்வு இன்றி இருப்பதாகத் தோன்றினால் அதற்குக் காரணம் அவருக்கு உங்கள் மீதான பயமாக இருக்கலாம்.

நீங்கள் அவரோடு நட்புறவு பாராட்ட முன்வர மாட்டீர்கள் அல்லது அவரை நிராகரித்து விடுவீர்கள் என்று பயப்படக்கூடும்.

நீங்கள் முதலில் செயலில் இறங்குங்கள் அடுத்தவர் முன்வந்து உங்களிடம் நட்பு பாராட்ட வேண்டும் என்று காத்திருக்காதீர்கள்.

நீங்கள் முதலில் அவரை அணுகுங்கள் அவரும் உங்களோடு தோழமையாகப் பழகத் துவங்குவதைக் காண்பீர்கள்.

நட்புறவில் கலந்துவிட விரும்புகிற இருவருக்கும் பரஸ்பர விருப்பம் பரஸ்பர புரிந்துணர்வு, பரஸ்பர ஈர்ப்பு இருக்க வேண்டும்.

அதை விடுத்து ஏதோ ஓர் அம்சத்தால் உங்களால் கவரப் பட்ட அவரை நண்பராக்கிக் கொள்வதற்காக தவமாய் தவமிருப்ப தும், இயல்பாக இல்லாமல் முழுமூச்சாய் முயற்சிப்பதும், இதற் காகவே தங்கள் மூச்சைத் தொலைப்பதைப் போல தீவிரம் காட்டுவதும் வீணானதாகவே அமையும்.

காரணம் செயற்கையாகவும் பிறரை நிர்பந்தித்தும் நட்புக் கொள்ள விழைவதை எப்போதும்; மற்றவர்கள் விரும்புவதில்லை.

பிறரின் தோழமையை வேண்டி அளவுக்கதிகமான பரிதவிப் போடு இருப்பதும், நீங்கள் விரும்பும் நட்பைப் பெறுவதற்கு நீங்கள்

மிகவும் ஆசையாய் இருக்கிறீர்கள் என்பதை அடுத்தவருக்குத் தெரியப்படுத்துவதும் எப்போதும் பலன் தராது.

இவ்வாறான உங்கள் செயல் அவரை உங்கள் மீது சந்தேகம் கொள்ளவும் எரிச்சலடைய வைக்கவுமே செய்யும்.

ஒரு நபர் அடுத்தவரிடம் நட்பு வேண்டி அளவுக்கதிகமாக யாசிக்கும்போது அவரிடமிருந்து விலகி ஓடிவிட வேண்டும் என்றுதான் மற்றவர்களுக்குத் தோன்றும். இதுதான் மனித இயல்பில் உள்ள அம்சம்.

எனவே மற்றவர்களின் தோழமையைப் பெற நீங்கள் தலைகீழாக நிற்பதைத் தவிர்த்திடுங்கள், அதற்குப் பதிலாக நீங்கள் பக்குவமாகவும், அமைதியாகவும் ஆசுவாசமாகவும் நடந்து கொள்ளுங்கள்.

இப்படி ஆசுவாசமாகவும் அமைதியாகவும் இருந்து நட்பைப் பெற விழைபவர்கள் மாறாப் புன்னகையோடு எப்போதும் இருப்பார்கள்.

ஏனென்றால் புன்னகை என்பது ஒரு மென்மையான உணர்ச்சி வெளிப்பாடு, என்றாலும் இது அதிக ஆற்றல் வாய்ந்தது.

ஒரு புன்னகை உங்களைக் கவலைகளில் இருந்து வெளிக் கொணரும், ஒரு புன்னகை உங்களைப் பதற்றமடையச் செய்யாது, ஒரு புன்னகை உங்களை ஆசுவாசப்படுத்தும். ஒரு புன்னகை உங்கள் தன்னம்பிக்கையை வெளிப்படுத்தும், ஒரு புன்னகை அடுத்தவர் நீங்கள் எதிர்பார்த்ததைப் போலவே உங்களிடம் நடந்து கொள்ளப் போகிறார் என்பதை உணர்த்துவதாய் இருக்கும்.

புன்னகை, அடுத்தவரிடம் உடனடியாக ஒரு தோழமை உணர்வை ஏற்படுத்துகிற மந்திரத் தன்மையாகும்.

ஒவ்வொரு புன்னகையும் உணர்த்துகிற விஷயம் 'நான் உங்களை விரும்புகிறேன், நான் உங்களுடன் நட்புறவாட வந்திருக்கிறேன்' என்பதே.

நமது புன்னகை எப்போதும் தெய்வீகமானது, பரிசுத்தமானது, பாசாங்கற்றது என்பது பார்த்த மாத்திரத்திலேயே அடுத்தவர் களுக்குத் தெரிந்துவிடும்.

புன்னகை பிறப்பது நமது ஆழ்மனத்தில் இருந்துதான். அதனால் அது இதயப்பூர்வமானதாக இருக்கிறது. உரியவரை ஈர்க்கிறது.

ஆன்மாவின் அடி ஆழத்திலிருந்து புன்னகைக்கக் கற்றுக் கொள்ளுங்கள். உங்கள் உணர்வுதான் உங்கள் நண்பரின் ஆழ்மனத்திற்குள் ஊடுருவுகிறது, ஏனென்றால் நாம் எல்லோரும் ஒரு நல்ல புன்னகையால் ஆசிர்வதிக்கப்பட்டிருக்கிறோம்.

புன்னகைத்துக் கொண்டே இருங்கள். நீங்கள் அதிகத் தோழமையானவர் என்பதை உணர்வீர்கள்.

புன்னகை மனமகிழ்ச்சியின் விதை. ஏனென்றால் புன்னகைப்பதால் நாம் இழப்பது ஏதுமில்லை. பெற்றுக்கொள்வதே அதிகம். புன்னகை வழங்குபவரை ஒருபோதும் வறியவராக்கி விடாது. அதே நேரம் புன்னகையைப் பெற்றுக் கொள்பவரை வளமாக்கிவிடும் . புன்னகைப் பரிவர்த்தனையால் மகிழ்ச்சி பிறக்கும். நல்லெண்ணம் வளரும்.

சோர்ந்திருப்பவருக்கு வழங்கப்படும் புன்னகை அவருக்குத் தாலாட்டிசைக்கும். ஊக்கம் குன்றி இருட்டுச் சிறையிலிருப்பவருக்கு ஒளி வழங்கி விடுவிக்கும். துன்புற்றிருப்பவருக்கு புன்னகை

முடிவுரை எழுதும். பிரச்சனைகளில் உழல்பவருக்கு இயற்கை தரும் சிறந்த முறிவு மருந்து புன்னகை.

புன்சிரிப்பையே கண்டிராத வறண்ட இதழ்கள் கொண்டவர் களிடம் நீங்கள் புன்னகையுங்கள். ஏனென்றால் அவர்களுக்குத்தான் உங்கள் புன்னகை மிகவும் தேவை.

உங்கள் புன்னகையால் நண்பர்களை ஈர்த்துக் கொள்ளுங்கள். அதே புன்னகையால் அவர்களை வசப்படுத்திக் கொள்ளுங்கள். உங்களின் பரிசுத்தமான அந்தப் புன்னகையால் அவர்களுக்கு வாழ்வளியுங்கள்.

புன்னகைகளில் பொய்யும் உண்டு மெய்யும் உண்டு. உண்மையானதும் பரிசுத்தமானதுமான புன்னகையைப் பெற்றுக் கொள்வது என்பது பாக்கியமானது. எல்லா நல்லனவற்றிக்கும் எதிரிடையான தீயன உண்டல்லவா? புன்னகைக்கும் முரண் உண்டு. அது முகம் சுளிப்பது.

அகத்தின் அழகு முகத்தில் தெரியும் என்பார்களே அதற்கொப்ப உங்கள் புன்னகையோ உங்கள் முகச் சுளிப்போ உங்கள் மன இயல்பை வெளிக்காட்டி விடும்.

ஒரு கனிவான உண்மையான புன்னகை ஒரு பொய்யான புன்னகை போலவே எளிதில் இனம் காணப்பட்டுவிடும்.

'மோப்பக் குழையும் அனிச்சம் முகந்திரிந்து
நோக்கக் குழையும் விருந்து"

என்று வள்ளுவன் உரைத்தது இச்சிந்தனையை வலியுறுத்தியே. புன்னகைக்கும் நேரங்களைவிட முகம் சுளிக்கும் நேரங்களில்தான் தசைகளின் உழைப்பு அதிகமாகிறது. நமது ஆற்றலும் வீணே விரயமாகிறது. ஆனால் புன்னகைப்பது முகம் சுளிப்பதைவிட மிகவும் எளிதானது.

புன்னகை உங்கள் முகப்பொலிவை உயர்த்துகிறது. உங்கள் தோற்றத்தை மேம்படுத்தி எழில் மிக்கதாக்குவது புன்னகையே.

புன்னகை நல்லுறவை உருவாக்கிக் கொள்ள உறவைத் தக்க முறையில் வளர்த்துக்கொள்ள செலவில்லாத வழிமுறை.

உறவின் வாயிற்கதவுகளை உங்கள் புன்னகையால் திறந்திடுங் கள்.

உங்கள் புன்னகையைப் பார்க்கும் அடுத்தவர் அதை அடை யாளம் கண்டு கொள்வார். உங்கள் புன்னகையில் பங்குகொள்ள

விரும்புவார்; உங்களைச் சொந்தமாக்கிக் கொள்ள பெரிதும் விரும்புவார். இதுதான் தோழமை. இதுதான் நட்புறவு.

ஒரு புன்னகையைப் போல வேறு எதனாலும் தோழமைக்கான இந்த அற்புதத்தை நிகழ்த்த முடியாது.

இந்தப் புன்னகைச் செல்வத்தைத் தங்களுக்குள் பூட்டிவைத்துக் கொள்வதால் என்ன பயன்?

உங்கள் புன்னகையே அடுத்தவரின் இதயத்தைத் திறக்கும் திறவுகோல்.

அடுத்தவரை நீங்கள் பாராட்டுங்கள். அவரைப் பார்த்து புன்னகையுங்கள். அது அந்தப் பாராட்டைப் பன்மடங்காக்கும்.

அடுத்தவரிடம் ஓர் உதவி கேளுங்கள், அதோடு ஒரு புன்னகையும் சிந்துங்கள் உங்களுக்கு உதவிட அவர் உந்தப்படுவார்.

அடுத்தவரிடம் ஓர் உதவியைப் பெற்றுக் கொண்டபின் புன்னகை புரியுங்கள். அவருக்கு நீங்கள் கொடுக்கும் நன்றிக்கும் பாராட்டுக்கும் வலு சேர்க்கும்.

நீங்கள் முதன் முதலில் ஒருவரைச் சந்திக்கும் போதும் வெறுமனே பேசும்போது கூட புன்னகையை வெளிப்படுத்துங்கள். தன் வாழ்நாள் முழுவதும் தான் உங்களை நன்கறிந்துள்ளதாக அவர் உணர்வார்.

மந்திரப் புன்னகையால் மனங்களைக் கொள்ளைக் கொள்ளுங்கள்.

●

கடலின் ஆழம்
வானின் உயரம்
மலையின் திண்ணம்
கணித்த மனிதனால்
நட்பின் ஆழத்தைக்
கணிக்க முடியவில்லை.
அதுதான் நட்பு!